ÓMÖNNULEGA SÆTKARTOÐLUMAÐRA BÓKIN

100 ljúffengar uppskriftir til að njóta næringarríkrar og fjölhæfrar sætu kartöflunnar

Oskar Árnason

Höfundarréttarefni ©2023

Allur réttur áskilinn

Engan hluta þessarar bókar má nota eða senda á nokkurn hátt eða á nokkurn hátt án skriflegs samþykkis útgefanda og höfundarréttarhafa, nema stuttar tilvitnanir sem notaðar eru í umsögn. Þessi bók ætti ekki að koma í staðinn fyrir læknisfræðilega, lögfræðilega eða aðra faglega ráðgjöf.

EFNISYFIRLIT

EFNISYFIRLIT 3
KYNNING 7
Morgunmatur 8
   1. Kryddaður suðvestur morgunverðarskál 9
   2. Súkkulaði vöfflu sundae 11
   3. Morgunverðarpönnu 14
   4. Sætkartöflukássaeggjapönnu 16
   5. Egg í hreiðrum 18
   6. Grillhash 20
   7. Sætar kartöflu Pecan Bourbon vöfflur 22
   8. Vöffluð sætkartöflugnocchi 25
   9. Sætar kartöflubrauð 28
   10. Morgunverður sætar kartöflur með Hibiscus te jógúrt ... 30
   11. Pylsa-sætar kartöflukássa og egg 33
   12. Sætar kartöflur og eggjapönnur 35
   13. Steiktar sætkartöflur 37
   14. Geitaostur, sætkartöflur og brauðteini eggjakaka ... 39

FORréttir 42
   15. Sætar kartöflur og epli í rommi 43
   16. Fylltar sætar kartöflur 45
   17. Fylltar sætar kartöflur á rúlla 47
   18. Chiles Anchos Rellenos 49
   19. Sætar kartöflur og gulrótar Tinga Tacos 52
   20. BRENNT RÓTARPIZZA 54
   21. Sætar kartöflu latkes 57
   22. Daigaku imo 59
   23. Kínóamuffinsbitar 61
   24. Túrmerik sætar kartöflubökur 63
   25. Sætar kartöflu nachos 66

26. Marshmallow bitar af sætum kartöflum 68
27. Ceviche Perúanó 70
28. Engiferaðar sætkartöflur 72

HAMMORGARAR, ÚFLA OG SMOKUR 74

29. Kínóa- og sætkartöfluhamborgari 75
30. Linsuhrísgrjónaborgarar 78
31. Kryddaðar sætar kartöflur og taquitos úr svörtum baunum 80

AÐALRÉTTUR 83

32. Kryddaðir kjúklingabitar með sætum kartöflum 84
33. Hvítlaukur Flórens sætar kartöflur 87
34. Risotto með grænum baunum og sætum kartöflum 89
35. Bakaður lax og sætar kartöflur 91
36. Lax Teriyaki með grænmeti 94
37. Lax með sætum kartöflum og baunum 97
38. Matcha gufusoðinn þorskur 99
39. Sætkartöflumarshmallow pottur 101
40. Kald steikt önd með grænmeti 103
41. Buffalo Tempeh uppskeruskálar 105

SÚPUR OG KARRI 108

42. Crockpot kjúklingasúpa 109
43. Taílensk kókos-karrí flundra 111
44. Crockpot Gulrót engifer súpa 113
45. Bouillon súpa 115
46. Karríðar linsubaunir með sætum kartöflum og kjúklingabaunum . 118
47. Mexíkósk nauta- og sætkartöflusoðsúpa 120
48. Sætar kartöflur og tequila súpa 123
49. Rauðbaunapottrétt frá Jamaíka 125
50. Kjúklingasúpa 127
51. Kornsúpa 130

52. Lax grænmetisæta 133
53. Malaður bison- og grænmetispottréttur 135
54. Kókos nautakjöt karrý 137
55. Sætar kartöflu- og graskerssúpa 139
56. Thai sætkartöflu karrý 142
57. Thai karrý heitur pottur 144
58. Kryddduð sætkartöflugrænkál Cannellini súpa 147
59. Sætar kartöflukjúklingapottréttur 150
60. Sætar kartöflu linsubaunir 153
61. Callaloo súpa 155
62. Kjúklingabauna sætkartöfluplokkfiskur 158
63. Kókos karrý linsubaunir 160

PASTA 162

64. Kastaníuhnetu- og sætkartöflugnocchi 163
65. Bucatini með pestó og sætum kartöflum 167
66. Kastaníuhnetu- og sætkartöflugnocchi 170

HLIÐAR 174

67. Lime og tequila sætar kartöflur 175
68. Sætkartöflubeikonmauk 177
69. Hrærðar sætar kartöflur með parmesan 179
70. Sætar kartöflur með tamarind 181
71. Haustgrænmeti á grillinu 183
72. Chimichurri grillað grænmeti 185
73. Brenndar-hvítlauks sætar kartöflur 187
74. Sous Vide Maple gljáðar sætar kartöflur 189
75. Beikon & sætar kartöflur 191
76. Gouda blandað kartöflumús 193
77. Tveggja tóna bakaðar sætar kartöflur 195
78. Chili sætkartöflugratín 197

SALÖT ... 199

79. Ruccola og sætkartöflusalat ... 200
80. Haustuppskeru salat ... 202
81. Sætar kartöflur Og Spergilkál Með Granateplasósu ... 204
82. Collard grænt salat með sætum kartöflum ... 206
83. Sætkartöflusalat með möndlum ... 208
84. Quinoa mangó salat með kartöflumús ... 210
85. Grillað þriggja kartöflusalat ... 212
86. Steiktar sætar kartöflur og prosciutto salat ... 214
87. Ristað grænmeti og Polenta salat ... 216
88. Brenndar sætar kartöflur & ferskar fíkjur ... 219
89. Caesar salat með BBQ sætum kartöflubrauði ... 221
90. Sætar kartöflur og avókadó grænt salat ... 223

EFTIRLITUR ... 225

91. Kjúklingabaka með sætum kartöflum ... 226
92. Kókos sætkartöflubúðingur ... 228
93. Sætkartöflubaka Trifle ... 230
94. Sætkartöflubaka Tiramisu ... 232
95. Kirsuberja-sæt kartöflubrauð ... 235
96. Trönuberja sætkartöflumuffins ... 237
97. Rifinn sætkartöflubúðingur ... 239

DRYKKIR ... 241

98. Eplapökusafi ... 242
99. Sætkartöfluböku próteinhristingur ... 244
100. Sætkartöfluhristingur ... 246

NIÐURSTAÐA ... 248

KYNNING

Sætar kartöflur eru fjölhæft og næringarríkt rótargrænmeti sem hægt er að nota í ýmsa rétti, allt frá sætum til bragðmiklar. Þessi matreiðslubók fagnar sætu kartöflunni með 100 ljúffengum uppskriftum sem munu gleðja bragðlaukana og næra líkamann.

Hvort sem þú vilt frekar sæta eða bragðmikla rétti hefur þessi matreiðslubók eitthvað fyrir alla. Allt frá sætum kartöflupönnukökum og muffins til súpur, pottrétti og karrý, þessi matreiðslubók mun hvetja þig til að kanna margar leiðir sem þú getur blandað sætum kartöflum í máltíðirnar þínar.

Hverri uppskrift fylgir litrík mynd sem fær vatn í munninn og hvetur þig til að prófa nýja rétti. Auðvelt er að fylgja uppskriftunum, með skref-fyrir-skref leiðbeiningum sem leiðbeina þér í gegnum matreiðsluferlið.

Auk þess að vera ljúffengur eru sætar kartöflur líka stútfullar af næringarefnum. Þau eru frábær uppspretta trefja, vítamína og steinefna, þar á meðal A-vítamín, C-vítamín og kalíum. Með þessari matreiðslubók geturðu notið heilsubótanna af sætum kartöflum á meðan þú dekrar þér við dýrindis máltíðir.

Morgunmatur

1. Kryddaður suðvestur morgunverðarskál

Gerir: 2

HRÁEFNI
- 2 sætar kartöflur, skrældar og skornar í teninga
- Extra virgin ólífuolía, til að drekka
- Klípa Salt og pipar
- 1 tsk chili duft
- 2 ræmur af kjúklingabeikoni
- ½ meðalgulur laukur, skorinn í teninga
- ½ græn paprika, skorin í teninga
- ½ rauð paprika, skorin í bita
- 1 jalapeño, fræhreinsaður og skorinn í teninga
- 2-3 bollar ferskt spínat
- 2 egg
- 1 tsk ghee
- 1 avókadó, skorið og skorið í teninga

LEIÐBEININGAR:
a) Forhitaðu ofninn í 375 gráður F.
b) Setjið sætu kartöflurnar á ofnplötu og hellið yfir þær með ögn af ólífuolíu.
c) Kryddið með salti, pipar og chilidufti.
d) Bakið í 20 mínútur, snúið einu sinni.
e) Eldið kjúklingabeikonið á pönnu; setja til hliðar.
f) Bætið paprikunni, lauknum og jalapeño á pönnuna; steikið í 6 mínútur.
g) Bætið spínatinu út í og eldið vel.
h) Bræðið gheeið á annarri pönnu.
i) Eldið eggin, kryddið með salti og pipar.
j) Berið fram sætu kartöflurnar og toppið með grænmetisblöndunni, fylgt eftir með egginu, muldum kjúklingabeikoni og avókadó.

2. Súkkulaði vöfflu sundae

Gerir 4 SKAÐA

Hráefni
- 1 bolli soðnar sætar kartöflur (um 1 stór sæt kartöflu)
- 1½ bollar alhliða hveiti
- 2 matskeiðar púðursykur
- 1 ½ tsk lyftiduft
- ½ teskeið Kosher salt
- ¼ teskeið matarsódi
- 1 bolli súrmjólk
- 2 stór egg
- ½ bolli pekanhnetur
- 2 matskeiðar ósaltað smjör, brætt
- 1 msk ljós púðursykur
- Bourbon síróp:
- 1 bolli hreint hlynsíróp
- 2 matskeiðar ósaltað smjör2 matskeiðar Bourbon

Leiðbeiningar
a) Blandið saman hveiti, sykri, kakódufti, lyftidufti og salti í meðalstórri skál. Bræðið smjörið og súkkulaðið saman í litlum potti við meðalhita og látið kólna aðeins.
b) Blandið bræddu smjöri og súkkulaði út í hveitið ásamt mjólkinni, vanilluþykkni og eggjarauðu.
c) Í hreinni meðalstórri skál þeytið eggjahvíturnar kröftuglega þar til þær ná mjúkum toppum. Skerið 1/3 af þeyttu eggjahvítunum út og blandið því varlega saman við vöffludeigið, passið að tæma ekki eggjahvíturnar.
d) Haltu áfram með afganginn af hvítu 1/3 í einu.
e) Kveiktu á vöfflujárninu og forhitaðu þar til logatáknið hættir að blika. Penslið síðan með bræddu smjöri eða úðið með bökunarspreyi.

f) Hellið um ½ bolla af deigi í miðju vöfflujárnsins og lokaðu toppnum.

g) Snúðu vöfflujárninu um 180° eftir að þú lokar toppnum og eldið í um 2 mínútur.

h) Eftir um tvær mínútur ættir þú að hafa fallegan gylltan lit. Ef þú vilt að það sé gert aðeins meira, lokaðu toppnum og ýttu á „aðeins meira" hnappinn.

i) Flyttu yfir á bökunarplötu með kanta með kæligrind sett ofan á.

j) Geymið vöfflurnar í 250° ofni til að þær haldist heitar.

k) Endurtaktu með afganginum af deiginu. Til framreiðslu: Setjið 2-3 skeiðar af ís ofan á vöfflu og toppið með súkkulaðisósu, karamellusósu og þeyttum rjóma.

3. Morgunverðarpönnu

Teikni: 2

HRÁEFNI:
- 1 stór eða 2 litlar sætar kartöflur skrældar og skornar í teninga
- 1/2 bolli græn paprika í teningum
- 1/2 bolli laukur skorinn í teninga
- 1/2 bolli sveppir í teningum
- 1 roma tómatur í teningum
- 2 matskeiðar cheddar ostur rifinn
- 2 egg
- 2 tsk Kókosolía
- 2 tsk kúmen
- Nýmalaður svartur pipar eftir smekk

Leiðbeiningar
a) Á bökunarpönnu, dreypið olíu yfir sætkartöfluteninga, kryddið með kúmeni og svörtum pipar og blandið vel saman.
b) Bakið í 30 mínútur, þar til það er brúnt og stökkt.
c) Þegar kartöflur eru um það bil hálfar í bakstri, hitið ólífuolíu á pönnu yfir meðalháum hita.
d) Steikið græna paprikuna, laukinn og sveppina.
e) Þegar kartöflurnar eru tilbúnar skaltu blanda vel saman við grænmetið.
f) Takið af hitanum, bætið tómötum út í og setjið til hliðar. Stráið osti yfir.

4. Sætkartöflukássaeggjapönnu

Skammtar: 1

Hráefni
- 1 pund af sætum kartöflum, skornar í teninga
- 1/4 gulur laukur, skorinn í teninga
- 1 stór hvítlauksgeiri, saxaður
- 1 matskeið extra virgin ólífuolía
- 1/2 tsk malað kóríander
- 1/4 tsk salt
- 2 stór egg
- 1 tsk reykt paprika

Álegg
- Spergilkál Microgreens
- Ristað Pepitas
- Rauð piparflögur

Leiðbeiningar

a) Hitið 8" eða 10" pönnu í miðlungs lágri pönnu.

b) Bætið lauknum út í og hvítlauk á að bæta við eftir ólífuolíuna.

c) Eldið í 4–5 mínútur, eða þar til laukurinn er hálfgagnsær og ilmandi.

d) Bætið sætu kartöflunum út í og látið malla, snúið við reglulega, í 12 til 15 mínútur, eða þar til þær eru gullnar og mjúkar.

e) Látið malla í eina mínútu í viðbót eftir að kryddi og salti er bætt út í.

f) Búið til tvo brunna í sætu kartöflurnar. Bætið eggjunum út í og eldið þar til eggjahvíturnar eru stífnar og eggjarauðurnar hafa náð viðeigandi þéttleika, um það bil 10 til 12 mínútur.

g) Skreytið eggjapönnu með örgrænu grænmeti, ristuðum pepitas og rauðum piparflögum áður en hún er borin fram.

5. Egg í hreiðrum

Gerir: 6 skammta

HRÁEFNI:
- 1 pund sætar kartöflur, skrældar
- 2 matskeiðar ólífuolía
- 1/4 tsk salt, skipt
- 1/4 tsk svartur pipar, skipt
- 12 stór egg

LEIÐBEININGAR:
a) Forhitið ofninn í 400 gráður Fahrenheit.
b) Notaðu matreiðsluúða til að húða 12 bolla muffinsbakka.
c) Notaðu rasp, rífðu niður kartöflur og settu til hliðar. Hitið ólífuolíuna í stórri pönnu yfir meðalháan hita. 1/8 tsk salt, 1/8 tsk pipar, sætar kartöflur í teningum
d) Eldið kartöflur þar til þær eru mjúkar, um 5-6 mínútur. Takið af hitanum og setjið til hliðar þar til það er nógu kalt til að hægt sé að höndla það.
e) Þrýstið 1/4 bolli af soðnum kartöflum í hvern muffinsbolla. Þrýstið vel á botninn og hliðarnar á muffinsbollanum.
f) Húðaðu kartöflurnar með matreiðsluúða og bakaðu í 5-10 mínútur, eða þar til hliðarnar eru mjúklega brúnar.
g) Brjótið egg í hverju sætu kartöfluhreiðri og kryddið með 1/8 tsk salti og 1/8 tsk pipar sem eftir er.
h) Bakið í 15-18 mínútur, eða þar til eggjahvítur og eggjarauður eru soðnar að æskilegum hætti.
i) Setjið til hliðar í 5 mínútur til að kólna áður en það er tekið af pönnunni. Berið fram og skemmtið ykkur!

6. Grillhash

Hráefni
- 3 sætar kartöflur, skrældar og saxaðar
- 1 (8 aura) pakki tempeh, saxaður
- 1 laukur, smátt saxaður
- 1 rauð paprika, smátt skorin
- 1 msk grillsósa sem keypt er í verslun
- 1 tsk Cajun krydd
- ¼ bolli saxuð fersk steinselja
- 4 egg Piparsósa (má sleppa)

Leiðbeiningar
a) Hitið 3 matskeiðar af olíunni í stórri nonstick pönnu yfir meðalháum hita. Bætið sætu kartöflunum og tempeh út í og eldið, hrærið af og til, í 5 mínútur, eða þar til blandan byrjar að brúnast. Minnka hitann í miðlungs.

b) Bætið lauknum og paprikunni út í og eldið í 12 mínútur lengur, hrærið oftar í lok eldunartímans, þar til tempeh er brúnt og kartöflurnar mjúkar.

c) Bætið grillsósunni, Cajun kryddinu og steinselju út í. Hrærið til að sameina, skiptið síðan á 4 diska.

d) Þurrkaðu af pönnunni með pappírshandklæði. Lækkið hitann í miðlungs lágan og bætið 1 msk olíu sem eftir er út í. Brjótið eggin í pönnu og eldið að tilætluðum steik.

e) Renndu eggi ofan á hvern skammt af kjötinu og berðu fram í einu. Leggið heita piparsósu, ef vill, við borðið.

7. Sætar kartöflu Pecan Bourbon vöfflur

Gerir 4 SKAÐA

Hráefni

- 2 ½ -3LBS svínakjöt öxl fyrir hann nudda
- 2 tsk chili duft
- 2 tsk kúmenduft
- 2 tsk kosher salt
- 1 tsk paprika
- 1 tsk svartur pipar
- ½ tsk hvítlauksduft
- ½ tsk laukduft
- ½ TEskeið Cayenne pipar

FYRIR GRILLSÓSUNA:

- 1 stór laukur, saxaður
- 3 hvítlauksrif, söxuð
- 1 ½ bolli tómatsósa
- ½ bolli púðursykur
- 2 matskeiðar eplaediki
- 4 tsk worcestershire sósa
- 1 tsk cayenne pipar
- 1 tsk kosher salt
- 1 msk bourbon

Fo hann vöfflur

- 1 ½ bolli alhliða hveiti
- ¾ bollar gult maísmjöl
- 1 msk reyrsykur
- 2 tsk lyftiduft
- 1 tsk matarsódi
- ½ tsk kosher salt
- 1½ bolli súrmjólk
- 2 stór egg
- 2 matskeiðar ósaltað smjör, brætt
- ¼ bolli hunang

LEIÐBEININGAR

a) Í meðalstórri skál, stappið sætu kartöfluna með gaffli að baki og blandið síðan saman hveiti, púðursykri, lyftidufti, salti og matarsóda. Hrærið súrmjólkinni, eggjunum og bræddu smjörinu út í.

b) Hrærið bræddu smjörinu saman við þar til engir þurrir blettir eru eftir. Kveiktu á vöfflujárninu og forhitaðu þar til logatáknið hættir að blikka. Penslið síðan með bræddu smjöri eða úðið með bökunarspreyi.

c) Hellið um ½ bolla af deigi í miðju vöfflujárnsins og lokaðu toppnum. Snúðu vöfflujárninu um 180° eftir að þú lokar toppnum og eldið í um 2 mínútur. Eftir um tvær mínútur ættir þú að hafa fallegan gylltan lit. Ef þú vilt að það sé gert aðeins meira, lokaðu toppnum og ýttu á „aðeins meira" hnappinn.

d) Flyttu yfir á bökunarplötu með kanta með kæligrind sett ofan á. Geymið vöfflurnar í 250° ofni til að þær haldist heitar.

e) Endurtaktu með afganginum af deiginu. Á meðan vöfflurnar eru að eldast, blandið saman sírópinu, smjörinu, bourbon og púðursykri í meðalstórum potti yfir miðlungshita og látið sjóða. Eldið í um 2 mínútur.

f) Berið vöfflurnar fram með volgu sírópinu ofan á.

g) Vöffluafganga má frysta í allt að 3 mánuði. Hellið aukasírópi í flösku og geymið í ísskáp í allt að 1 mánuð.

h) Hitið áður en það er borið fram.

8. Vöffluð sætkartöflugnocchi

Gerir: Fyrir 4 (gerir um 60 gnocchi)

Hráefni
- 1 stór bökunarkartöflu (eins og russet) og 1 stór sæt kartöflu (um það bil 1½ pund samtals)
- 1¼ bollar alhliða hveiti, auk meira til að fleyta vinnuflötinn
- ½ bolli rifinn parmesanostur
- 1 tsk salt
- ½ tsk nýmalaður svartur pipar
- Diska af rifnum múskat (valfrjálst)
- 1 stórt egg, þeytt
- Nonstick matreiðsluprey eða bráðið smjör
- Pestó eða vöffluð salvía og smjörsósa

LEIÐBEININGAR:
a) Forhitið ofninn í 350°F.
b) Bakið kartöflurnar þar til þær eru auðveldlega stungnar með gaffli, um það bil klukkustund. Látið kartöflurnar kólna aðeins og flysjið þær síðan.
c) Settu kartöflurnar í gegnum matkvörn eða hrísgrjónavél eða rífðu þær yfir stóru götin á raspi og í stóra skál.
d) Bætið 1¼ bolla af hveiti út í kartöflurnar og notaðu hendurnar til að blanda þeim saman og brjótið upp alla kartöflumola á leiðinni. Stráið osti, salti, pipar og múskat yfir deigið og hnoðið létt til að dreifa því jafnt.
e) Þegar hveiti og kartöflur hafa verið blandað saman, búðu til holu í miðju skálarinnar og bætið þeyttu egginu út í. Notaðu fingurna til að vinna eggið í gegnum deigið þar til það byrjar að sameinast. Það verður örlítið klístrað.

f) Hnoðið deigið varlega nokkrum sinnum á létt hveitistráðu yfirborði til að ná því saman. Það ætti að vera rakt, en ekki blautt og klístrað. Ef það er of klístrað skaltu bæta við 1 matskeið af hveiti í einu, allt að ¼ bolli. Rúllaðu deiginu í stokk og skerðu það í 4 hluta.

g) Rúllaðu hverju stykki í reipi um þvermál þumalfingurs og notaðu síðan beittan hníf til að skera í 1 tommu hluta.

h) Forhitið vöfflujárnið á miðlungs. Húðaðu báðar hliðar vöfflujárnsristarinnar með nonstick úða, eða smyrðu ristina með sílikonbrauðsbursta.

i) Lækkið ofninn í lægstu stillingu og setjið bökunarplötu til hliðar til að halda fullunnum gnocchi heitum.

j) Hristið varlega af hveitileifunum af gnocchiinu og setjið slatta á vöfflujárnið, látið smá pláss fyrir hvern og einn til að stækka. Lokaðu lokinu og eldaðu þar til ristmerkin á gnocchi eru gullinbrún, 2 mínútur.

k) Endurtaktu með afgangnum gnocchi, haltu soðnu gnocchi heitu á bökunarplötu í ofninum.

l) Berið fram heitt með pestósósu eða vöfflusalvíu og smjörsósu.

9. Sætar kartöflubrauð

HRÁEFNI:
- 2 stórar sætar kartöflur, skornar í sneiðar.
- ¼ tommu þykkar sneiðar.
- 1 matskeið avókadóolía.
- 1 tsk salt ½ bolli guacamole.
- ½ bolli tómatar, sneiddir.

LEIÐBEININGAR:
a) Forhitaðu ofninn þinn í 425 ° F.
b) Hyljið bökunarplötu með bökunarpappír.
c) Nuddið kartöflusneiðarnar með olíu og salti og leggið þær á bökunarplötu. Bakið í 5 mínútur í ofni, snúið svo við og bakið aftur í 5 mínútur.
d) Toppið bakaðar sneiðar með guacamole og tómötum.

10. Morgunverður sætar kartöflur með Hibiscus te jógúrt

Gerir: 2

Hráefni
- 2 fjólubláar sætar kartöflur

FYRIR GRANOLA:
- 2 ½ bollar hafrar
- 2 tsk þurrkað túrmerik
- 1 tsk kanill
- 1 matskeið sítrusbörkur
- ¼ bolli hunang
- ¼ bolli sólblómaolía
- ½ bolli graskersfræ
- slatti af salti

FYRIR JÓGÚRTINA:
- 1 bolli hrein grísk jógúrt
- 1 tsk hlynsíróp
- 1 hibiscus tepoki
- æt blóm, til skrauts

LEIÐBEININGAR
a) Hitið ofninn í 425 gráður og potið kartöflunum yfir með gaffli.
b) Vefjið kartöflunum inn í álpappír og bakið í 45 mínútur til eina klukkustund.
c) Takið úr ofninum og látið kólna.

FYRIR GRANOLA:
d) Lækkið ofnhitann í 250 gráður og klæðið bökunarplötu með bökunarpappír.
e) Blandið öllu granóla hráefninu saman í blöndunarskál og hrærið þar til allt er húðað hunangi og olíu.
f) Færið yfir á klædda bökunarplötu og dreifið út eins jafnt og hægt er.

g) Bakið í 45 mínútur, hrærið á 15 mínútna fresti, eða þar til granólan hefur brúnast.

h) Takið úr ofninum og látið kólna.

FYRIR JÓGÚRTINA:

i) Búðu til hibiscus te samkvæmt leiðbeiningum tepokans og settu það til hliðar til að kólna.

j) Þegar það hefur náð stofuhita, þeytið hlynsírópinu og teinu út í jógúrtina þar til þú nærð sléttri og rjómalöguðum áferð með örlítið bleikum blæ.

SAMSETNING:

k) Skerið kartöflurnar í tvennt og toppið með granóla, bragðbættri jógúrt og ætum blómum til skrauts.

11. Pylsa-sætar kartöflukássa og egg

Gerir: 4

HRÁEFNI:
- Egg, stór 4
- Salt 1/4 tsk
- Pekanhnetur (hakkaðar) 1/4 bolli
- Grænn laukur (sneiddur) 4
- Trönuber (þurrkuð) 1/4 bolli
- Granny Smith epli, meðalstór (hakkað) 2
- Sætar kartöflur, í teningum (afhýddar og 1/4 tommu teningur hver) 2 ítalskar kalkúnapylsur (án hlíf) 4 1/8 bollar

LEIÐBEININGAR:
a) Taktu stóra pönnu sem er húðuð með eldunarspreyinu, eldaðu sætu kartöflurnar og pylsurnar við meðalloga í 8 til 10 mínútur þar til pylsan er ekki lengur bleik og brjóta pylsuna í mola.
b) Bætið salti, pekanhnetum, trönuberjum og eplum út í, eldið og blandið í 4 til 6 mínútur þar til kartöflurnar eru mjúkar.
c) Takið blönduna af pönnunni, stráið smá grænum lauk yfir. Haltu því heitt.
d) Þurrkaðu pönnuna hreina og notaðu eldunarúðann til að húða hana aftur; setjið pönnu yfir meðalháan loga.
e) Brjótið eggin á pönnuna hvert á eftir öðru. Lækkið logann niður í lágan. Eldið þar til tilætluðum bragði er náð. Snúið við eftir að hvíturnar eru stífnar ef þú vilt.
f) Berið það fram með hassinu.

12. Sætar kartöflur og eggjapönnur

Gerir: 4

HRÁEFNI:
- Pipar (grófmalaður) 1/8 tsk
- Egg, stór 4
- Baby spínat (ferskt) 2 bollar
- Þurrkað timjan 1/8 tsk
- Salt (deilt) 1/2 tsk
- Hvítlauksrif (hakkað) 1
- Sætar kartöflur, meðalstórar (rifnar og í teningum) 4 bollar
- Smjör 2 matskeiðar

LEIÐBEININGAR:
a) Taktu þunga pönnu eða stóra steypujárni.
b) Hitið smjörið í því við vægan loga.
c) Bætið við timjan, 1/4 teskeið af salti, hvítlauk og sætum kartöflum.
d) Lokið því og eldið í 4 til 5 mínútur þar til kartöflurnar verða mjúkar. Hrærið reglulega.
e) Blandið spínatinu saman við og hrærið í 2 til 3 mínútur þar til það visnar.
f) Notaðu bakhlið skeiðar til að búa til fjóra brunna í blöndunni af kartöflum.
g) Brjótið eitt af eggjunum í hvern brunninn.
h) Stráið smá pipar og saltinu sem er eftir á eggin. Lokið því og eldið í 5 til 7 mínútur á miðlungs-lágum loga þar til eggjahvíturnar eru alveg stífnar og eggjarauðan byrjar að þykkna en passið að hún sé ekki hörð.

13. Steiktar sætkartöflur

Gerir: 8 skammta

HRÁEFNI:

- ½ pund hakkað beikon
- 1 bolli saxaður laukur
- 1 salt; að smakka
- 1 nýmalaður svartur pipar; að smakka
- 1 matskeið saxaður hvítlaukur
- 2 pund sætar kartöflur; skrældar, rifnar

LEIÐBEININGAR:

a) Í stórri pönnu, bakaðu beikonið þar til það er stökkt, um það bil 8 mínútur.
b) Bætið laukunum út í. Kryddið með salti og pipar.
c) Steikið laukinn þar til hann er mjúkur, um það bil 2 mínútur.
d) Bætið hvítlauknum og sætum kartöflum saman við. Kryddið með salti og pipar.
e) Steikið í um það bil 10 til 15 mínútur. Takið af hellunni og berið fram heitt.

14. Geitaostur, sætkartöflur og brauðteini eggjakaka

Gerir: 2 skammta

HRÁEFNI:
- 2 matskeiðar ósaltað smjör
- 1 bolli Hálftommu teningabrauð í sveitastíl
- 1 miðlungs sæt kartöflu -; (um 1/2 pund)
- 1 lítill rauðlaukur; sneið þunnt
- 2 aura mjúkur mildur geitaostur; molnaði
- 1 tsk Hakkað ferskt rósmarín lauf
- 5 stór egg
- Salt; að smakka
- Nýmalaður svartur pipar; að smakka

LEIÐBEININGAR:

a) Hitið ofninn í 350 gráður. Í 8 tommu non-stick pönnu, bræðið 1 msk smjör við vægan hita og í skál kastað með brauðteningum.

b) Ristið brauðteninga í miðjum ofni á ofnplötu þar til þeir eru fölgylltir og stökkir, um það bil 10 mínútur, og setjið yfir í skál.

c) Flysjið sætar kartöflur og skerið í ¼ tommu teninga. Í gufubát sem sett er yfir sjóðandi vatn gufið kartöflur og lauk þar til mjúkt, um það bil 4 mínútur, og blandið með brauðteningum. Kælið blönduna og blandið saman við geitaosti og rósmarín. Í skál þeytið saman egg og salt og pipar eftir smekk.

d) Hitið ½ msk smjör á pönnu við miðlungs háan hita þar til froðan dregur úr. Hellið helmingnum af eggjunum út í, hallið pönnunni þannig að hún dreifist jafnt yfir botninn.

e) Eldið eggjakökuna í 1 mínútu, eða þar til það er næstum stíft, hrærið efsta lagið með bakinu á gaffli og hristið pönnu, látið ósoðið egg renna undir.

f) Stráið helmingnum af eggjakökunni yfir helminginn af brauðteiniblöndunni og eldið í 1 mínútu í viðbót, eða þar til hún hefur stífnað. Brjóttu eggjakökuna yfir fyllinguna og færðu yfir á disk.

g) Haltu eggjakökunni heitri á meðan þú býrð til aðra eggjaköku með afganginum af smjöri, eggjum og brauðteini á sama hátt.

FORréttir

15. Sætar kartöflur og epli í rommi

Gerir: 6

HRÁEFNI:
- ¼ tsk svartur pipar
- 3 sætar kartöflur, skrúbbaðar og stungnar með gaffli
- ½ tsk malaður kanill
- 1 matskeið eplaedik
- ½ tsk kosher salt
- 2 matskeiðar dökkt romm
- 1 matskeið ósaltað smjör

TOPPING
- 2 bollar afhýdd og söxuð Granny Smith epli
- Fersk salvíublöð
- 3 matskeiðar saxaðar pekanhnetur, ristaðar

LEIÐBEININGAR:
a) Blandið öllu hráefninu, nema álegginu, saman í 6 lítra Crockpot.
b) Eldið hægt þar til kartöflurnar eru mjúkar, um 6 klukkustundir.
c) Fjarlægðu kartöflurnar og skerðu þær í tvennt eftir endilöngu.
d) Toppið með eplum, pekanhnetum og salvíulaufum.

16. Fylltar sætar kartöflur

Gerir: 1

HRÁEFNI:
- 1 bolli vatn
- 1 sæt kartöflu
- 1 matskeið hreint hlynsíróp
- 1 msk möndlusmjör
- 1 matskeið saxaðar pekanhnetur
- 2 matskeiðar bláber
- 1 tsk chiafræ
- 1 tsk karrýmauk

LEIÐBEININGAR:
a) Bætið einum bolla af vatni og gufubátsgrindinni í pottinn þinn.
b) Lokið lokinu og setjið sætu kartöfluna á grindina og passið að losunarventillinn sé í réttri stöðu.
c) Forhitaðu Instant Pot að háþrýstingi í 15 mínútur á handvirkt. Það mun taka nokkrar mínútur fyrir þrýstinginn að byggjast upp.
d) Eftir að tímamælirinn slokknar skaltu láta þrýstinginn falla náttúrulega í 10 mínútur. Snúið losunarventilnum til að losa þrýsting sem eftir er.
e) Þegar flotventillinn hefur fallið skaltu fjarlægja sætu kartöfluna með því að opna lokið.
f) Þegar sæta kartöflun hefur kólnað nógu mikið til að hægt sé að höndla hana, skerið hana í tvennt og maukið kjötið með gaffli.
g) Toppið með pekanhnetum, bláberjum og chiafræjum og dreypið síðan hlynsírópi og möndlusmjöri yfir.

17. Fylltar sætar kartöflur á rúlla

Gerir: 1

HRÁEFNI:
- ½ sæt kartöflu, bökuð
- 2 egg
- ½ bolli örrugula, saxað
- Salt og pipar
- Skreytið af ólífuolíu

LEIÐBEININGAR:
a) Dreifið grænmetinu létt með ólífuolíu og kryddið með smá salti.
b) Forhitið pönnu eða pönnu yfir meðalháum hita.
c) Þegar pannan er hituð skaltu bæta við ólífuolíu og elda í um 30 sekúndur áður en sætu kartöflunni er bætt út í.
d) Eldið þar til brúnirnar byrja að brúnast, snúið svo við.
e) Taktu sætu kartöflusneiðarnar úr pönnunni og settu þær beint ofan á tilbúið grænmetið.
f) Brjóttu síðan eggin tvö á pönnu þinni.
g) Á meðan eggin eru soðin skaltu krydda þau með salti og pipar.
h) Fyrir smá auka bragð, stráið nokkrum kryddjurtum yfir eins og oregano eða timjan eða mulinn rauðan pipar.
i) Setjið eggin ofan á sætu kartöflusneiðarnar.
j) Skreytið með grænmetinu sem þú setur til hliðar.

18. Chiles Anchos Rellenos

4 skammtar

Hráefni
Fyrir chiles
- 1 matskeið olía
- 2 bollar þunnt sneiddur hvítlaukur
- 3 hvítlauksrif, afhýdd og mulin
- 2 matskeiðar tamarindmauk leyst upp í 2 bollum heitu vatni
- 1 bolli melaó (reyrasíróp) eða púðursykur
- 1/2 tsk þurrkað laufóregano
- 1/2 tsk þurrkað timjan
- 1/2 tsk salt
- 8 meðalstór til stór ancho chiles, rifið niður aðra hliðina, fræ fjarlægð

Fyrir fyllinguna
- 4 bollar ristaðar hvítlaukssætar kartöflur
- Steiktar gulrætur
- 2 aura geitaostur, rifinn
- Klípa salt
- 2 tsk extra virgin ólífuolía

Leiðbeiningar

a) Undirbúið chiles. Hitið olíuna við lágan til meðalhita í meðalstórum potti. Bætið lauknum út í og eldið þar til hann hefur brúnast aðeins. Bætið hvítlauknum út í og eldið í eina mínútu.

b) Hrærið í tamarind-bragðbætt vatni, melao, oregano, timjan og salti.

c) Bætið chili út í, setjið lok á og látið malla í 10 mínútur. Takið pönnuna af hellunni, takið lokið af og kælið í að minnsta kosti 10 mínútur.

d) Gerðu fyllinguna. Á meðan chili er að kólna skaltu sameina sætu kartöflurnar og/eða gulræturnar og queso fresco eða panela. Þeytið saman salt og olíu og blandið því saman við grænmetið.

e) Fyllið og berið fram chili. Notaðu stóra skeið, fjarlægðu chiles í sigti og tæmdu í 5 mínútur.

f) Helltu varlega um 1/4 bolla af fyllingunni í hvern chili og settu 2 á hverja af fjórum diskum. Setjið smá af lauknum yfir hvern skammt og toppið með ostinum. Berið fram við stofuhita.

19. Sætar kartöflur og gulrótar Tinga Tacos

Heildartími - 30 mínútur

Hráefni
- 1/4 bolli Vatn
- 1 bolli Þunnt sneiddur hvítlaukur
- 3 hvítlauksrif, söxuð
- 2 1/2 bollar Rifin sæt kartöflu
- 1 bolli Rifin gulrót
- 1 dós (14 oz.) Tómatar í hægeldunum
- 1 tsk. Mexíkóskt oregano (valfrjálst)
- 2 Chipotle paprikur í adobo
- 1/2 bolli grænmetiskraftur
- 1 avókadó, sneið
- 8 tortillur

Leiðbeiningar

a) Bætið vatni og lauk á stóra pönnu við meðalhita, eldið í 3-4 mínútur þar til laukurinn er hálfgagnsær og mjúkur. Bætið hvítlauknum út í og haltu áfram að elda, hrærið í 1 mínútu.

b) Bætið sætum kartöflum og gulrótum á pönnuna og eldið í 5 mín og hrærið oft.

c) Sósa:

d) Setjið hægeldaða tómata, grænmetiskraft, oregano og chipotle papriku í blandarann og vinnið þar til það er slétt.

e) Bætið chipotle-tómatsósu á pönnuna og eldið í 10-12 mínútur, hrærið af og til þar til sætu kartöflurnar og gulrótin eru soðin í gegn. Ef þarf, bætið meira grænmetiskrafti á pönnuna.

f) Berið fram á volgum tortillum og toppið með avókadósneiðum.

20. BRENNT RÓTARPIZZA

Hráefni
- Alhliða hveiti til að rykhreinsa pizzuhýðina eða ólífuolía til að smyrja pizzubakkann
- 1 heimabakað deig
- 1/2 stór hvítlaukshaus
- 1/2 litlar sætar kartöflur, skrældar, skornar í tvennt eftir endilöngu og þunnar sneiðar
- 1/2 lítil fennelpera, helminguð, snyrt og skorin í þunnar sneiðar
- 1/2 smá pastinak, afhýdd, skorin í tvennt eftir endilöngu og skorin í þunnar sneiðar
- 1 matskeið ólífuolía
- 1/2 tsk salt
- 4 aura (1/4 pund) mozzarella, rifinn
- 1 únsa Parmigiana, fínt rifinn
- 1 msk sírópríkt balsamik edik

LEIÐBEININGAR
a) Vefjið óafhýddum hvítlauksgeirum inn í lítinn álpappírspakka og bakið eða grillið beint við hita í 40 mínútur.
b) Á meðan skaltu kasta sætu kartöflunni, fennel og pastinip í stóra skál með ólífuolíu og salti.
c) Hellið innihaldi skálarinnar á stóra bökunarplötu.
d) Setjið í ofninn eða yfir óhitaðan hluta grillsins og steikið, snúið öðru hverju, þar til það er mjúkt og sætt, 15 til 20 mínútur.
e) Flyttu hvítlaukinn yfir á skurðbretti, opnaðu pakkann og passaðu að hafa gufuna í huga.
f) Hækkaðu hitastig ofnsins eða gasgrillsins í 450°F.
g) Dreifið rifnum mozzarella yfir tilbúna skorpuna og skilið eftir 1/2 tommu brún við brúnina. Setjið allt grænmetið ofan á ostinn og kreistið kvoða, mjúka hvítlaukinn úr pappírskrokknum og ofan á bökuna. Toppið með rifnum Parmigiana.

h) Renndu pizzunni af hýðinu yfir á heitan steininn eða settu pizzuna á bakkann eða bökunarplötuna annað hvort í ofninum eða yfir óhitaðan hluta grillsins. Bakið eða grillið með lokinu lokað þar til skorpan er orðin gullinbrún og jafnvel dökknað aðeins á botninum, þar til osturinn hefur bráðnað og byrjaður að brúnast, 16 til mínútur. Nýtt deig getur myndað loftbólur á fyrstu 10 mínútunum; sérstaklega á brúninni, smelltu þessum með gaffli til að tryggja jafna skorpu.

i) Renndu hýðinu aftur undir skorpuna til að taka það af heita steininum eða færðu pizzuna á bakkann eða bökunarplötuna á vírgrind. Setjið til hliðar í 5 mínútur. Til að halda skorpunni stökkri gætirðu viljað flytja bökuna af hýði, bakkanum eða hveitiplötunni beint á vírgrind til að kólna eftir eina mínútu eða svo.

j) Þegar bökunni hefur verið kólnað aðeins er balsamikediki yfirdreypt og síðan skorið í sneiðar til að bera fram.

21. Sætar kartöflu latkes

Gerir: 4 skammta

HRÁEFNI:
- 1¾ pund appelsínugult sætar kartöflur; skrældar
- 1 Laukur
- 5 eggjahvítur
- ½ tsk Salt
- ¼ tsk Malaður hvítur pipar
- ⅓ bolli hveiti
- Olía
- 1⅓ bolli eplamósa; valfrjálst

LEIÐBEININGAR:

a) Rífið sætar kartöflur og lauk í matvinnsluvél með rifplötu eða í gegnum stór göt á raspinu. Flyttu yfir í stóra skál. Þeytið eggjahvítur létt með salti og pipar og bætið út í kartöflublönduna. Blandið vel saman. Bætið hveiti út í og blandið vel saman.

b) Hitið 2 matskeiðar olíu yfir miðlungs hita í þungri nonstick 10- til 12 tommu pönnu. Fylltu ¼ bolla mál með blöndu, þrýstu til að þjappast saman og snúðu út í haug á pönnu. Endurtaktu fljótt fyrir 3 latkes í viðbót. Fletjið hvern út með bakinu á skeiðinni til að mynda 2½ til 3 tommu köku og þrýstið til að þjappa. Eldið 1- ½ mín á hvorri hlið.

c) Fjarlægðu á nonstick bökunarplötu með rifa spaða. Haltu áfram með afganginn af deiginu, bættu smá olíu á pönnuna og hrærðu í hverri lotu.

d) Bakið við 450 gráður F þar til gullbrúnt, um 10 mínútur. Snúið við og bakið í 5 mínútur í viðbót. Berið fram heitt með eplamósu ef vill.

22. Daigaku imo

ÞJÓNAR 2–4

- 1 sætar kartöflur
- 3 matskeiðar jurtaolía
- 5 matskeiðar flórsykur
- ¼ tsk sojasósa

rifinn börkur af 1 lime, auk safa úr ½ lime 1 tsk svört sesamfræ

LEIÐBEININGAR:

a) Þvoið sætu kartöfluna vandlega (ekki afhýða hana) og skerið hana í óreglulega báta sem eru ekki stærri en 3 cm þykkir. Leggið bátana í bleyti í köldu vatni í 20–30 mínútur til að fjarlægja umfram sterkju, þurrkið síðan alveg með eldhúspappír eða hreinu viskustykki.

b) Setjið olíu, sykur, sojasósu, limebörk og safa á djúpa pönnu við vægan hita og hrærið. Bætið kartöflunum á pönnuna, blandið til að hjúpa sykurblöndunni og hækkið hitann í miðlungs. Settu lok á pönnuna og láttu hitna þar til þú heyrir það snarka.

c) Lækkið hitann í miðlungs-lágan og eldið í 2–3 mínútur til viðbótar, takið síðan lokið af og eldið í 10 mínútur í viðbót eða svo, snúið kartöflunum oft til að tryggja að þær brúnist létt á öllum hliðum. Kartöflurnar eru tilbúnar þegar auðvelt er að stinga þær í þær með pinna eða smjörhníf.

d) Þegar kartöflurnar eru orðnar meyrar og fallega brúnaðar skaltu slökkva á hitanum og hræra í gegnum sesamfræin.

e) Látið kólna aðeins og njótið þeirra svo ein sér eða með vanilluís.

23. **Kínóamuffinsbitar**

HRÁEFNI:
- 1 ½ bolli tilbúið quinoa.
- 2 egg, þeytt.
- ½ bolli sætkartöflumauk.
- ½ bolli svartar baunir.
- 1 matskeið saxað kóríander.
- 1 tsk kúmen.
- 1 tsk paprika.
- ½ tsk hvítlauksduft.
- ½ tsk salt.
- ⅛ teskeiðar svartur pipar.
- Matreiðslusprey.

LEIÐBEININGAR:

a) Forhitaðu ofninn í 350°F. Bætið öllu hráefninu í stóra skál og blandið þar til allt er samþætt.

b) Helltu blöndunni í muffinsformin með matskeið og klappaðu ofan á hverja þeirra. Bakið þar til það er eldað í gegn og haldið saman í um 15-20 mínútur.

24. Túrmerik sætar kartöflubökur

Gerir: 10 kökur

HRÁEFNI:
- ½ bolli grömm af hveiti
- 1 sæt kartöflu, afhýdd og skorin í teninga
- ½ gulur eða rauðlaukur, afhýddur og skorinn í sneiðar
- 1 matskeið sítrónusafi
- Hakkað fersk steinselja eða kóríander, til skrauts
- 1 tsk túrmerikduft
- 1 tsk malað kóríander
- 1 tsk garam masala
- 3 matskeiðar olía, skipt
- 1 stykki af engiferrót, afhýdd og rifin eða söxuð
- 1 tsk kúmenfræ
- 1 tsk rautt chile duft eða cayenne
- 1 bolli baunir, ferskar eða frosnar
- 1 grænn tælenskur, serrano eða cayenne chile, saxaður
- 1 tsk gróft sjávarsalt

LEIÐBEININGAR:

a) Gufðu kartöfluna í 7 mínútur, eða þar til þær eru mjúkar.
b) Brjóttu það varlega niður með kartöflustöppu.
c) Hitið 2 matskeiðar af olíunni á grunnri pönnu við meðalhita.
d) Bætið kúmeninu út í og sjóðið í 30 sekúndur, eða þar til það er síast.
e) Bætið lauknum, engiferrótinni, túrmerikinu, kóríander, garam masala og rauðu chile duftinu út í.
f) Eldið í 3 mínútur í viðbót, eða þar til það er mjúkt.
g) Leyfið blöndunni að kólna.
h) Þegar blandan hefur kólnað skaltu bæta henni við kartöflurnar ásamt baunum, grænum chili, salti, gramm hveiti og sítrónusafa.
i) Blandið vandlega saman með höndunum.
j) Mótið blönduna í bökunarbollur og leggið þær á bökunarplötu.
k) Hitið 1 matskeið af olíu sem eftir er á þungri pönnu yfir meðalhita.
l) Steikið kökurnar í skömmtum í 3 mínútur á hvorri hlið.
m) Berið fram, skreytt með ferskri steinselju eða kóríander.

25. Sætar kartöflu nachos

Gerir: 6

HRÁEFNI:
- 1 matskeið ólífuolía
- ⅓ bolli saxaður tómatur
- ⅓ bolli saxað avókadó
- 1 tsk chili duft
- 1 tsk hvítlauksduft
- 3 sætar kartöflur
- 1½ tsk paprika
- ⅓ bolli fituskert rifinn Cheddar ostur

LEIÐBEININGAR:

a) Forhitið ofninn í 425 gráður Fahrenheit. Húðaðu bökunarformin með eldunarúða og hyldu þau með filmu.

b) Afhýðið og skerið sætu kartöflurnar þunnt í 14 tommu hringi.

c) Kasta hringjunum með ólífuolíu, chilidufti, hvítlauksdufti og papriku.

d) Dreifið jafnt yfir á forhitaða pönnuna og bakið í 25 mínútur, fletjið eldunartímanum hálfa leið þar til það er stökkt.

e) Takið pönnuna úr ofninum og toppið sætu kartöflurnar með baunum og osti.

f) Bakið í aðrar 2 mínútur þar til osturinn hefur bráðnað.

g) Hellið tómötum og avókadó út í. Berið fram.

26. Marshmallow bitar af sætum kartöflum

Gerir: 6-8

HRÁEFNI:
- 4 sætar kartöflur, skrældar og skornar í sneiðar
- 2 matskeiðar bráðið smjör úr jurtaríkinu
- 1 tsk hlynsíróp
- Kosher salt
- 10 aura poki af marshmallows
- ½ bolli af pecan helmingum

LEIÐBEININGAR:

a) Forhitið ofninn í 400 gráður Fahrenheit.

b) Kastaðu sætum kartöflum með bræddu plöntusmjöri og hlynsírópi á bökunarplötu og raðaðu þeim í jafnt lag. Kryddið með salti og pipar.

c) Bakið þar til það er mjúkt, um það bil 20 mínútur, snúið við hálfa leið. Fjarlægja.

d) Toppið hverja sæta kartöfluhring með marshmallow og steikið í 5 mínútur.

e) Berið fram strax með pecan helmingi ofan á hvern marshmallow.

27. Ceviche Perúanó

Hráefni
- 2 meðalstórar kartöflur
- 2 hver sætar kartöflur
- 1 rauðlaukur, skorinn í þunnar strimla
- 1 bolli ferskur lime safi
- 1/2 stöngul sellerí, skorið í sneiðar
- 1/4 bolli léttpakkað kóríanderlauf
- 1 klípa malað kúmen
- 1 hvítlauksgeiri, saxaður
- 1 habanero pipar
- 1 klípa salt og nýmalaður pipar
- 1 pund ferskt tilapia, skorið í 1/2 tommu
- 1 pund meðalstór rækja - afhýdd,

Leiðbeiningar

a) Setjið kartöflurnar og sætu kartöflurnar í pott og setjið vatn yfir. Setjið sneiða laukinn í skál með volgu vatni.

b) Blandið sellerí, kóríander og kúmeni saman við og hrærið hvítlauknum og habanero piparnum saman við. Kryddið með salti og pipar, hrærið síðan tilapia og rækju í teninga saman við

c) Til að bera fram skaltu afhýða kartöflurnar og skera í sneiðar. Hrærið lauknum út í fiskblönduna. Klæðið framreiðsluskálar með salatlaufum. Hellið ceviche sem samanstendur af safa í skálarnar og skreytið með kartöflusneiðum.

28. Engiferaðar sætkartöflur

Gerir: 1 skammt

HRÁEFNI:
- 1/2 pund sæt kartöflu
- 1½ tsk Hakkað afhýdd fersk engiferrót
- 2 tsk ferskur sítrónusafi
- ¼ teskeið Þurrkaðar heitar rauðar piparflögur
- ¼ tsk Salt
- 1 stórt egg
- 5 matskeiðar Alhliða hveiti
- Jurtaolía til djúpsteikingar

LEIÐBEININGAR:
a) Afhýðið og rífið sætu kartöfluna gróft. Saxið rifna sætu kartöfluna með engiferrótinni, sítrónusafanum, rauðu piparflögunum og salti fínt í matvinnsluvél, bætið egginu og hveitinu út í og blandið blöndunni vel saman.
b) Hitið 1½ tommu af olíunni í stórum potti yfir miðlungs háan hita í 360F. á fituhitamæli, slepptu matskeiðum af sætu kartöflublöndunni í olíuna í lotum og steiktu kökurnar, snúðu þeim, í 2 mínútur, eða þar til þær eru gullnar.
c) Flyttu kökurnar yfir á pappírshandklæði til að tæma þær.

HAMMORGARAR, ÚFLA OG SMOKUR

29. Kínóa- og sætkartöfluhamborgari

Gerir: 6

Hráefni
- 3 miðlungs sætar kartöflur, bakaðar
- 2 egg
- 1 bolli kjúklingabaunamjöl
- 1 tsk chili duft
- 1 matskeið af heilkorni Dijon sinnep
- 1 matskeið valhnetusmjör eða annað hnetusmjör
- safi úr ½ sítrónu
- 1 klípa af sjávarsalti
- 200 g kínóa
- hnetuolía, til steikingar
- Piparrót sýrður rjómi
- 3 matskeiðar fínt rifin piparrót
- 1¼ bollar sýrður rjómi
- sjó salt

Að þjóna
- 6 hamborgarabollur, helmingaðar
- smjör fyrir bollurnar
- smátt skorinn rauður asískur skalottlaukur
- fínt saxaður graslaukur

Leiðbeiningar

a) Kljúfið kartöflurnar langsum og notið skeið til að skafa innan úr.

b) Hrærið eggin saman í matvinnsluvél og blandið sætum kartöflum, kjúklingabaunamjöli, chilidufti, sinnepi, hnetusmjöri, sítrónusafa og salti saman við. Bætið kínóa út í.

c) Notaðu handfylli af blöndunni í einu til að mynda kringlóttar kökur.

d) Blandið saman salti, piparrót og sýrðum rjóma í blöndunarskál.

e) Grillið kökurnar á meðalhita í nokkrar mínútur á báðum hliðum.

f) Smyrjið skurðfletina á bollunum og grillið þær hratt.

g) Setjið hamborgara á botn hverrar bollu og hyljið með piparrótarsýrðum rjóma, skalottlaukum og graslauk.

30. Linsuhrísgrjónaborgarar

Gerir: 8 skammta

Hráefni
- ¾ bolli linsubaunir
- 1 sæt kartöflu
- 10 fersk spínatblöð, rifin
- 1 bolli ferskir sveppir, skornir í teninga
- ¾ bolli Brauðrasp
- 1 tsk estragon
- 1 tsk Hvítlauksduft
- 1 tsk steinseljuflögur
- ¾ bolli langkorna hrísgrjón

Leiðbeiningar

a) Eldið hrísgrjón þar til þau eru mjúk og örlítið klístruð, bætið síðan við linsubaunir.

b) Saxið soðna, skrælda sæta kartöflu.

c) Blandið hrísgrjónablöndunni, sætu kartöflunni og öllum öðrum hráefnum saman í blöndunarskál.

a) Kælið í 15 til 30 mínútur. Mótið kökur og eldið á útigrilli með grænmetisgrilli.

b) Vertu viss um að olíu eða úða pönnuna með Pam til að koma í veg fyrir að hamborgararnir festist.

31. Kryddaðar sætar kartöflur og taquitos úr svörtum baunum

Gerir: 3

HRÁEFNI:
- 1 meðalstór kartöflu ristuð sæt kartöflu
- 1/4 bolli svartar baunir, soðnar
- 3 4" maístortillur
- 1 msk smjör úr jurtaríkinu
- 1/4 tsk laukduft
- 1/4 tsk hvítlauksduft
- 1/2 tsk chili duft
- 1 tsk chili flögur
- 1 matskeið næringarger
- 1/4 tsk paprika
- 1/2 tsk kúmen
- 1 tsk kosher salt

LEIÐBEININGAR:

a) Kveiktu á loftsteikingarvélinni þinni í 4 mínútur við 400 °F.
b) Skellið sætu kartöflunni í skál með gaffli og stappið hana síðan saman við plöntusmjör.
c) Hrærið næringargerinu og öllu kryddinu þar til slétt samkvæmni er náð.
d) Vefjið tortillur inn í röku pappírshandklæði og örbylgjuofnar í 30 sekúndur til að minnka líkur á að þær rifni við umbúðir.
e) Notaðu disk, bætið við um 1 teskeið af grænmetissoði. Setjið tortillu á diskinn og nuddið til að hjúpa aðra hliðina með seyði.
f) Við þurru hliðina á tortillunni skaltu bæta ⅓ af blöndunni nálægt brúninni og 1½ matskeið af baunum. Þrýstið baununum ofan í kartöflurnar til að þær detti ekki út.
g) Rúllið í taquito með því að taka upp fyllta brúnina og snúa því við. Gakktu úr skugga um að rúlla þétt og varlega til að koma í veg fyrir að tortillan rifni.
h) Settu sauminn niður í körfuna á loftsteikingarvélinni.
i) Endurtaktu að fylla alla skammta af tortillum sem eftir eru þar til allir taquitos eru búnir til.
j) Eldið í 10 mínútur í steikingarpottinum þar til skeljarnar eru orðnar alveg stökkar.
k) Skreytið með guacamole, salsa eða jurtakremi.

AÐALRÉTTUR

32. Kryddaðir kjúklingabitar með sætum kartöflum

Gerir: 4

HRÁEFNI:
- ½ tsk svartur pipar
- 2 matskeiðar ólífuolía
- 2 sætar kartöflur, skrældar og skornar í teninga
- 1 matskeið maíssterkju
- ½ tsk cayenne pipar
- 1 matskeið vatn
- 1 tsk chili duft
- Fersk kóríanderlauf
- ¼ tsk malaður kanill
- 1 matskeið ljós púðursykur
- 1 tsk kosher salt
- ¾ bolli ósaltað kjúklingakraftur
- 4 kjúklingalæringar, afhýddar

LEIÐBEININGAR:
a) Í Crockpot, raðið sætu kartöflunum í lag og kryddið með salti og svörtum pipar.
b) Blandið saman púðursykri, chilidufti, cayenne pipar og kanil í blöndunarskál.
c) Nuddaðu kryddblöndunni yfir allan kjúklinginn.
d) Hitið olíuna í nonstick pönnu við meðalhita.
e) Brúnið kjúklinginn á báðum hliðum, 2 til 3 mínútur á hlið.
f) Fjarlægðu kjúklinginn af pönnunni, geymdu dropana í pönnunni.
g) Settu kjúklinginn í einu lagi, með bitunum sem skarast aðeins, á sætu kartöflurnar í Crockpot.
h) Bætið soðinu við varðveitt dreypi á pönnu og eldið á lágum hita í um það bil 2 mínútur, hrærið og skafið til að losa brúnuðu bitana af botni pönnunnar.
i) Hellið kjúklingakraftinum yfir.

j) Eldið við lágan hita í 4 klst.

k) Geymið matreiðsluvökvann í Crockpot og flytjið kjúklinginn og sætu kartöflurnar yfir á disk.

l) Skerið og fleygið fitunni úr eldunarvökvanum og setjið hana síðan yfir í meðalstóran pott.

m) Látið suðu koma upp við háan hita.

n) Blandið saman maíssterkju og vatni; hrærið maíssterkjublöndunni út í sjóðandi eldunarvökvann og eldið á lágu, þeytið stöðugt þar til þykknar, um 1 mínútu.

o) Berið sósuna fram með kjúklingnum og sætum kartöflum, skreytið að vild.

33. Hvítlaukur Flórens sætar kartöflur

Gerir: 4 skammta

HRÁEFNI:
- 4 sætar kartöflur
- 2, 10 aura pakkar af spínati
- 1 matskeið ólífuolía
- 1 skalottlaukur, saxaður
- 2 hvítlauksgeirar, saxaðir
- 6 sólþurrkaðir tómatar, skornir í teninga
- ¼ teskeið salt
- ¼ tsk svartur pipar
- ¼ tsk rauðar piparflögur
- ½ bolli undanrenndur ricotta ostur

LEIÐBEININGAR:
a) Gerðu ofninn tilbúinn með því að forhita hann í 400 gráður á Fahrenheit.
b) Setjið sætu kartöflurnar á tilbúna bökunarplötu eftir að hafa stungið þær með gaffli.
c) Bakið í 45-60 mínútur þar til kartöflurnar eru eldaðar. Gefðu tíma fyrir kælingu.
d) Skerið kartöflunum í miðjuna með hníf og fletjið kartöflukjötinu með gaffli og setjið síðan til hliðar.
e) Hitið olíuna á pönnu yfir meðalhita. Eldið í 3 mínútur þar til skalottlaukur eru mjúkir.
f) Eldið í 30 sekúndur í viðbót þar til hvítlaukurinn er arómatískur.
g) Blandið saman tæmdu spínatinu, tómötunum, salti, svörtum pipar og rauðum piparflögum. Eldið í aðrar 2 mínútur.
h) Takið af hitanum og látið kólna.
i) Blandið ricotta ostinum í spínatblönduna.
j) Berið spínatblönduna ofan á skiptu sætu kartöflurnar.

34. Risotto með grænum baunum og sætum kartöflum

Gerir: 8

HRÁEFNI:
- 1 stór sæt kartöflu
- 5 hvítlauksrif, söxuð
- 2 bollar stuttkorna hýðishrísgrjón
- 1 tsk þurrkuð timjanblöð
- 7 bollar natríumsnautt grænmetissoð
- 2 bollar grænar baunir, skornar í tvennt þversum
- 3 matskeiðar ósaltað smjör
- ½ bolli parmesanostur

LEIÐBEININGAR:

a) Blandið sætu kartöflunni, hvítlauknum, hrísgrjónunum, timjaninu og seyði í 6 lítra hæga eldavél.

b) Lokið og eldið við lágan hita í 3 til 4 klukkustundir.

c) Blandið grænu baununum saman við.

d) Lokið og eldið við vægan hita í 37 mínútur.

e) Hrærið smjörinu og ostinum saman við. Lokið og eldið við lágan hita í 20 mínútur, hrærið síðan og berið fram.

35. Bakaður lax og sætar kartöflur

Skammtar: 4 skammtar

Hráefni
- 4 laxaflök, roðið fjarlægt
- 4 meðalstórar sætar kartöflur, skrældar og skornar í 1 tommu þykkar
- 1 bolli spergilkál
- 4 matskeiðar hreint hunang (eða hlynsíróp)
- 2 msk appelsínumarmelaði/sulta
- 1 1 tommu ferskur engiferhnappur, rifinn
- 1 tsk Dijon sinnep
- 1 msk sesamfræ, ristuð
- 2 matskeiðar ósaltað smjör, brætt
- 2 tsk sesamolía
- Salt og pipar eftir smekk
- Vorlaukur/laukur, nýsaxaður

LEIÐBEININGAR:

a) Forhitið ofninn í 400F. Smyrjið bökunarformið með bræddu ósöltuðu smjöri.

b) Setjið niðursneiddar sætu kartöflurnar og spergilkálið á pönnunni. Kryddið létt með salti, pipar og teskeið af sesamolíu. Gakktu úr skugga um að grænmetið sé létt húðað með sesamolíu.

c) Bakið kartöflurnar og spergilkálið í 10-12 mínútur.

d) Á meðan grænmetið er enn í ofninum, undirbúið sæta gljáann. Í blöndunarskál, bætið hunangi (eða hlynsírópi), appelsínusultu, rifnum engifer, sesamolíu og sinnepi út í.

e) Taktu bökunarformið varlega úr ofninum og dreifðu grænmetinu til hliðar til að gera pláss fyrir fiskinn.

f) Kryddið laxinn létt með salti og pipar.

g) Leggið laxaflökin á miðja bökunarformið og hellið sæta gljáanum yfir laxinn og grænmetið.

h) Setjið pönnuna aftur í ofninn og eldið í 8-10 mínútur til viðbótar eða þar til laxinn er mjúkur.

i) Færið laxinn, sætu kartöflurnar og spergilkálið yfir á fallegt framreiðsludisk. Skreytið með sesamfræjum og vorlauk.

36. Lax Teriyaki með grænmeti

Skammtar: 4 skammtar

Hráefni
- 4 laxaflök, roð og pinnabein fjarlægð
- 1 stór sæt kartöflu (eða einfaldlega kartöflu), skorin í hæfilega bita
- 1 stór gulrót, skorin í hæfilega stóra bita
- 1 stór hvítlaukur, skorinn í báta
- 3 stórar paprikur (grænar, rauðar og gular), saxaðar
- 2 bollar spergilkál (má skipta út fyrir aspas)
- 2 matskeiðar extra virgin ólífuolía
- Salt og pipar eftir smekk
- Vorlaukur, smátt saxaður
- Teriyaki sósa
- 1 bolli vatn
- 3 matskeiðar sojasósa
- 1 msk hvítlaukur, saxaður
- 3 matskeiðar púðursykur
- 2 matskeiðar hreint hunang
- 2 matskeiðar maíssterkju (leyst upp í 3 matskeiðar vatni)
- ½ matskeiðar ristað sesamfræ

LEIÐBEININGAR:

a) Í lítilli pönnu, þeytið sojasósu, engifer, hvítlauk, sykur, hunang og vatn við lágan hita. Hrærið stöðugt þar til blandan kraumar hægt. Hrærið maíssterkjuvatninu út í og bíðið þar til blandan þykknar. Bætið sesamfræjunum út í og setjið til hliðar.

b) Smyrjið stórt eldfast mót með ósöltuðu smjöri eða matreiðsluúða. Forhitið ofninn í 400F.

c) Setjið allt grænmetið í stóra skál og dreypið ólífuolíu yfir. Blandið vel saman þar til grænmetið er vel húðað með olíu. Kryddið með nýstökkuðum pipar og smá salti. Færið grænmetið yfir í eldfast mót. Dreifið grænmetinu til hliðanna og látið smá pláss vera í miðju bökunarformsins.

d) Setjið laxinn í miðju bökunarformsins. Hellið 2/3 af teriyaki sósunni út í grænmetið og laxinn.

e) Bakið laxinn í 15-20 mínútur.

f) Færið bakaða laxinn og steikta grænmetið yfir á fallegt framreiðsludisk. Hellið afganginum af teriyaki sósunni út í og skreytið með söxuðum vorlauk.

37. Lax með sætum kartöflum og baunum

Þessi réttur er fljótur, mjög góður og einfaldur sérstaklega fyrir kvöldið.

Hráefni:
- Fyrir tvo einstaklinga
- 2 laxabökur
- 1 stór sæt kartöflu (mjög stór)
- 200 g grænar baunir
- Sítrónusafadill (þetta eru rómantískar kryddjurtir, það passar vel með laxi, en ef þú skiptir ekki máli 2 matskeiðar af ólífuolíu til að elda lax)
- Smjör (1 matskeið)
- 5cl af olíu (hvaða sem er) til að elda sætar kartöflur
- Salt, pappír

Undirbúningur:
a) Byrjaðu á því að fjarlægja ónýtu endana af baununum og skera þær í um 3 cm langa bita. Eldið síðan með gufu í 10 mínútur. Setjið svo ólífuolíu á pönnu en það getur verið valfrjálst. Ég gerði það þó fyrir þetta tilfelli en eldunargufa er nóg. Geymið baunirnar
b) Setjið svo ólífuolíuna á pönnu. Bætið við laxasteikum. Og eldið í nokkrar mínútur. Báðar hliðar verða að vera litaðar. Saltaðu hvert andlit. Geymið og stráið dilli yfir.
c) Afhýðið sætu kartöfluna. Og skera í þykkar sneiðar. Skerið síðan hvern teig í tvennt (hálfir hringi).
d) Hitið olíuna. Eldið sætar kartöflubitar við meðalhita. Það verður að vera eldað og litað á hvorri hlið. Fjarlægðu og saltaðu.
e) Njóttu laxins með steiktu sætu kartöflunum sem bráðna Inni og baununum í smjöri.
f) Þú getur borðað ögn af sítrónusafa á laxinn.

38. Matcha gufusoðinn þorskur

Gerir: 4 skammta

Hráefni
- 2 bollar afhýddar sætar kartöflur
- 1 pund þorskur, skorinn í 4 bita
- 2 tsk matcha duft
- 4 matskeiðar ósaltað smjör
- 8 greinar af fersku timjan
- 4 sneiðar fersk sítrónu
- 1 tsk kosher salt

LEIÐBEININGAR:
a) Forhitaðu ofninn í 425 gráður F. Taktu 4 blöð af smjörpappír, hvert um það bil 12 x 16 tommur, í tvennt og foldaðu síðan út til að búa til brot.
b) Setjið bunka af sætum kartöflustrimlum á aðra hlið hvers smjörstykkis og toppið hvern með bita af þorski.
c) Stráið hvern fiskbita með 1 teskeið af matcha, þá ofan á hvern með 1 matskeið af smjöri, 2 greinar timjan og sneið af sítrónu; kryddið með salti.
d) Brjótið smjörpappír yfir til að hylja fyllinguna og krumpið brúnirnar til að innsigla og mynda hálfmánalaga pakka.
e) Færið yfir á ofnplötu og bakið í 20 mínútur. Takið pakkana úr ofninum og leyfið þeim að hvíla í 5 til 10 mínútur áður en þær eru opnaðar.

39. Sætkartöflumarshmallow pottur

Gerir: 10 skammta

HRÁEFNI:
- 4 ½ pund sætar kartöflur
- 1 bolli kornsykur
- ½ bolli vegan smjör mildað
- ¼ bolli jurtamjólk
- 1 tsk vanilluþykkni
- ¼ teskeið salt
- 1 ¼ bolli maískorn, mulið
- ¼ bolli saxaðar pekanhnetur
- 1 matskeið púðursykur
- 1 msk vegan smjör, brætt
- 1½ bolli litlum marshmallows

LEIÐBEININGAR:
a) Forhitið ofninn í 425 gráður á Fahrenheit.
b) Ristið sætar kartöflur í 1 klukkustund eða þar til þær eru mjúkar.
c) Skerið sætar kartöflur í tvennt og ausið innan úr þeim í blöndunarform.
d) Notaðu rafmagnshrærivél, þeytið sætu kartöflumús, kornsykur og eftirfarandi 5 hráefni þar til slétt er.
e) Skeið kartöflublöndunni í 11 x 7 tommu ofnform sem hefur verið smurt.
f) Í blöndunarskál skaltu sameina kornflögur og næstu þrjú hráefni.
g) Stráið í skáhallar raðir með 2 tommu millibili yfir fatið.
h) Bakið í 30 mínútur.
i) Á milli raða af cornflakes, stökkva á marshmallows; baka í 10 mínútur.

40. Kald steikt önd með grænmeti

Gerir: 4 skammta

HRÁEFNI:
- 1 bolli sætar kartöflur
- 1 bolli Gulrætur
- 1 bolli agúrka
- 1 bolli kínversk hvít rófa
- 1 Græn paprika
- 1 bolli kínverska hvítkál (allt að)
- 1 bolli Sykur
- 1 bolli edik
- 1 matskeið Catsup
- 1 matskeið Olía
- ½ tsk Salt
- ½ tsk heit sósa
- 3 dropar sesamolía; Meira eða minna
- 1 klípa kanill
- 1 strá pipar
- 1 höfuðsalat (allt að)
- 2 pund Steik önd

LEIÐBEININGAR:

a) Afhýðið og rífið niður sætar kartöflur, gulrætur, gúrku og kínverska hvíta rófu. Rífið niður grænan pipar og kínakál.

b) Blandið saman sykri, ediki, catsup, olíu, salti, heitri sósu, sesamolíu, kanil og pipar. Bætið við rifið grænmeti og blandið vel saman. Kælið, þakið, 24 klst.

c) Kastaðu grænmetinu aftur og kældu, þakið, 24 klukkustundir í viðbót. Tæmið, fargið marineringunni.

d) Rífið niður salat og raðið á disk. Toppið með þurrkuðu grænmeti.

e) Beinið og rifið steikt önd. Raðið yfir grænmeti og berið fram.

41. Buffalo Tempeh uppskeruskálar

Gerir: 2

HRÁEFNI:
- 8oz tempeh
- 1oz hlynsíróp
- 1,5 oz heit sósa
- 1 tsk Dijon sinnep
- 3 hvítlauksrif
- 4oz blandað grænmeti
- 1 sæt kartöflu
- 4 matskeiðar grænmetissoð, skipt
- 2 tsk grænmetissoð
- 1 meðalstórt epli
- 1/2oz rauðvínsedik
- 1/4 bolli sojafrítt grænmeti
- 1/3 bolli valhnetur
- Salt og pipar

LEIÐBEININGAR:
a) Forhitið ofninn í 400 °F.
b) Í meðalstórri skál, þeytið heitu sósuna og 1 msk grænmetissoð til að útbúa Buffalo sósu.
c) Skerið tempeh í 1/4 tommu þykkar ræmur og blandið með Buffalo sósunni til að hjúpa.
d) Fjarlægðu hvítlauksgeirana og skerðu sætu kartöfluna í hálfa langsum, síðan í 4-5 báta.
e) Klæðið bökunarplötu með álpappír eða smjörpappír. Takið tempeh úr skálinni, hristið varlega til að fjarlægja umfram sósu og setjið á bökunarplötu klædda bökunarpappír.
f) Kasta hvítlauksrifunum, sætum kartöflubátum og 1 tsk grænmetissoði á gagnstæða hlið bökunarplötunnar.
g) Stráið salti og pipar yfir allt á bökunarplötunni.

h) Bakið í að minnsta kosti 22 til 24 mínútur eða þar til Buffalo tempeh er stökkt og sætu kartöflurnar mjúkar.

i) Blandið saman og blandið öllu hráefninu fyrir ristuðu hvítlauksdressinguna saman í blöndunarskál.

j) Maukið ristuðu hvítlauksrifurnar í lítilli skál. Þeytið út í afganginn af rauðvínsediki, Vegenaise, Dijon sinnepi og smá salti og pipar til að búa til ristuðu hvítlauksdressinguna.

k) Kasta eplasalatinu með Buffalo tempeh og blönduðu grænmeti til að sameina. Bætið ristuðum sætum kartöflubátum og kandísuðum valhnetum ofan á. Dreypið ristuðum hvítlauksdressingu yfir.

SÚPUR OG KARRI

42. **Crockpot kjúklingasúpa**

Gerir: 8

HRÁEFNI

- 2 matskeiðar saxaður graslaukur
- 3 pund af steiktum kjúklingi
- ½ tsk estragon, saxað
- 2 bollar saxaðir tómatar
- 1 bolli maískorn
- ½ bolli grænn laukur, saxaður
- 1 tsk basil, saxað
- ½ bolli skurnar baunir
- 6 bollar fitusýrt kjúklingasoð
- ½ bolli sætar kartöflur í teningum
- ½ bolli þurrt sherry

LEIÐBEININGAR:

a) Eldið kjúklingabitana í sherry í um það bil 10 mínútur í potti og bætið svo tómötunum, maísnum, grænlauknum og sætum kartöflum saman við.

b) Eldið í 5 mínútur eftir að ertum, vorlauk, basil, estragon og chili hefur verið bætt við.

c) Bætið kjúklingabitunum, vatni og seyði út í og setjið í crockpot.

d) Eldið við lágt í 1 klst.

43. Taílensk kókos-karrí flundra

Gerir: 6

Hráefni:

- 2 matskeiðar canola olía
- 1 bolli ósoðin brún jasmín hrísgrjón
- 1 bolli létt kókosmjólk í dós
- ¼ bolli ferskt basilika í þunnum sneiðum
- 1½ bolli vatn
- 1 bolli söxuð græn paprika
- 2 matskeiðar saxaður hvítlaukur
- 2½ matskeiðar taílenskt rautt karrýmauk
- 1½ pund roðlaus flundruflök
- 2 sætar kartöflur, skrældar og skornar í teninga
- 14½ aura dós af hægelduðum tómötum, ótæmdir
- ¼ teskeið kosher salt

LEIÐBEININGAR:

a) Í örbylgjuofni skál, örbylgjuofnar sætu kartöflurnar á HIGH í 5 til 6 mínútur, hættu að hræra eftir 3 mínútur.

b) Í 6 lítra Crockpot, stráið hrísgrjónunum með olíunni og hrærið til að húðin verði jafnt.

c) Hrærið tómötunum, vatni, papriku, hvítlauk og sætum kartöflum saman við.

d) Eldið, þakið, á HIGH í 3 klukkustundir.

e) Setjið kókosmjólkina og karrýmaukið varlega í hrísgrjónablönduna.

f) Eldið, þakið, á HIGH í 15 mínútur, eða þar til vökvinn er að mestu frásogaður.

g) Setjið fiskinn ofan á hrísgrjónablönduna og kryddið með salti.

h) Eldið, þakið, á HIGH í 20 mínútur, eða þar til laxinn flögur auðveldlega með gaffli.

i) Berið fiskinn fram með hrísgrjónablöndunni og stráið basilíku yfir jafnt yfir.

44. Crockpot Gulrót engifer súpa

Gerir: 6

HRÁEFNI
- Klípið Kosher salt og malaður svartur pipar
- 3 hvítlauksrif
- ¼ bolli myntulauf
- 1 tsk reykt paprika
- ⅓ bolli þungur rjómi
- 1 sætur laukur, saxaður
- 2 pund gulrætur, skrældar og saxaðar
- ⅓ bolli kóríanderlauf
- 2 lárviðarlauf
- 2 matskeiðar lime safi
- 1 sæt kartöflu, skrældar og saxaðar
- 6 bollar grænmetissoð
- 1 stykki af engifer, afhýtt og skorið í sneiðar
- ¼ tsk reykt paprika

LEIÐBEININGAR:
a) Notaðu Crockpot til að blanda saman gulrótum, sætum kartöflum, lauk, hvítlauk, engifer, papriku, lárviðarlaufum og seyði. Kryddið með salti og pipar.
b) Eldið við lágt í 1 klst.
c) Bætið við limesafa, myntu og kóríander.
d) Fjarlægðu lárviðarlaufin og maukaðu þau síðan með blandara.
e) Berið fram með rjómabollu.

45. Bouillon súpa

Gerir: 6 skammta

Hráefni
- 2 pund nautaskankar, skolaðir og þurrkaðir
- 4 mjúkir bláir krabbar valfrjálst
- 2 matskeiðar lime safi ferskur
- ½ tsk malaður svartur pipar
- 1 matskeið salt
- 2 matskeiðar steinselja saxuð
- 2 laukar smátt saxaðir
- 1 kvistur timjan
- 3 matskeiðar hvítlaukur smátt saxaður
- 2 ¼ bollar alhliða hveiti
- 1 bolli vatn
- 1 tsk salt
- 1 tsk svartur pipar malaður
- ¼ tsk sæt paprika
- 2 matskeiðar ólífuolía
- 1 hvítlaukur saxaður
- 1 græn paprika söxuð
- 2 tómatar saxaðir
- 2 malanga eða Yautia. skrældar og skornar í teninga
- 1 græn grjón afhýdd og skorin í sneiðar
- 4 bollar spínat vel pakkað
- 1 chayote afhýdd og skorinn í teninga
- 2 gulrætur skrældar og skornar í sneiðar
- 2 pastinakar afhýddar og skornar í sneiðar
- 2 kartöflur skrældar og skornar í teninga
- 2 meðalstórar hvítar sætar kartöflur skrældar og skornar í teninga
- 2 matskeiðar nautabolluduft
- Klípið hvítlauksduft eftir smekk

- Klípa salt eftir smekk
- Klípa pipar eftir smekk
- ½ af heitri pipar eða ¼ teskeið af heitri sósu

LEIÐBEININGAR

a) Marinerið kjötið yfir nótt í skál með limesafa, steinselju, salti, svörtum pipar, hvítlauk, lauk og timjani.
b) Takið út og sjóðið kjötið, bætið vatni smám saman við.
c) Blandið saman hveiti, vatni, salti, pipar og sætri papriku í skál.
d) Mótið bollur með skeið eða höndunum. Leggið til hliðar.
e) Ef þú ert að nota bláa krabba skaltu hreinsa þá, taka skelina af og saxa þá í tvennt meðfram miðjunni.
f) Setjið olíu, lauk og græna papriku ásamt bláum krabba í stóran pott og hitið við miðlungshita í tvær til þrjár mínútur.
g) Bæta við pastinip, gulrót, tómötum, spínati og chayote. Eldið í 4 til 5 mínútur.
h) Bætið 8 bollum af vatni út í, setjið lok á og látið suðuna koma upp.
i) Leyfðu grænmetinu að malla í 7 til 8 mínútur.
j) Bætið við hinu hráefninu, þar á meðal kjötinu og dumplings.
k) Lokið lauslega og leyfið að malla í 25 til 30 mínútur, eða þar til allt hráefni, þar á meðal dumplings, eru vel soðin.
l) Berið fram heitt.

46. Karríðar linsubaunir með sætum kartöflum og kjúklingabaunum

HRÁEFNI:
- ¼ bolli kókosolía
- 1 stór rauðlaukur, skorinn í teninga
- Salt eftir smekk
- 2 matskeiðar karrýduft
- 2 tsk kúmenduft
- 2 tsk sinnepsfræ
- 1 tsk malað kóríander
- 8 aura brúnar linsubaunir
- 3 miðlungs sætar kartöflur
- 4 bollar kjúklingabeinasoð (2 öskjur)
- 1 (28-oz) dós eldristaðir hægeldaðir tómatar
- 1 (28-oz) dós kjúklingabaunir, tæmd
- Fersk saxuð steinselja til skrauts

LEIÐBEININGAR:

a) Hitið kókosolíu yfir meðalhita í stórum potti í um það bil 1 mínútu.

b) Bætið við lauk og klípu af salti. Steikið þar til laukurinn er hálfgagnsær.

c) Bætið karrýdufti, kúmeni, sinnepsfræi og kóríander út í og eldið í 1 mínútu, hrærið oft.

d) Hrærið linsubaunir, sætum kartöflum, seyði og tómötum saman við. Látið suðuna koma upp og látið malla í 25 mínútur, undir loki, eða þar til linsubaunir og sætar kartöflur eru orðnar meyrar.

e) Hrærið kjúklingabaunum saman við og eldið þar til þær eru orðnar í gegn, um 2 mínútur.

f) Skreytið og skreytið með saxaðri steinselju. Njóttu!

47. Mexíkósk nauta- og sætkartöflusoðsúpa

HRÁEFNI:
- 1 matskeið hreinsuð avókadóolía eða ólífuolía
- 1 punds magurt nautakjöt
- 1 tsk kosher salt
- 1 bolli saxaður laukur
- 1 tsk hakkaður hvítlaukur
- 1 bolli niðurskorin sæt paprika
- 2 bollar sætar kartöflur, skrældar og saxaðar
- 1 tsk chili duft
- 1 tsk þurrkað oregano
- 1 tsk malað kúmen
- 14 aura af rauðu salsa
- Kjúklingasoð, 2 bollar
- 2 tsk lime safi
- ⅓ bolli hakkað kóríander
- Kosher salt eftir smekk
- Malaður svartur pipar eftir smekk

LEIÐBEININGAR:
a) Hitið stóra steypujárnspönnu yfir háum hita.
b) Bætið nautakjöti út í og stráið salti yfir. Hrærið nautakjöt þar til það er brúnt, 5 mínútur. Fjarlægðu kjötið með skeiðar og færðu það yfir á disk. Setja til hliðar.
c) Setjið lauk, hvítlauk og papriku á pönnuna við meðalháan hita og hrærið af og til þar til laukur og hvítlaukur eru ilmandi og papriku mjúk eða í um það bil 5 mínútur.
d) Bætið sætu kartöflunni, chiliduftinu, oregano, kúmeni, seyði og salsa saman við. Blandið vandlega saman. Látið suðuna koma upp. Látið síðan lok á og látið malla í 30 mínútur eða þar til sætar kartöflur eru gafflamjúkar.
e) Hrærið limesafa, kóríander, salti og pipar saman við. Látið hitna í gegn við vægan hita, um 4 mínútur.

f) Hellið seyðisúpunni í tilbúnar krukkur, annað hvort lítra eða lítra, skilið eftir 1 tommu höfuðrými.

g) Lokaðu með 2-hlutum niðursuðulokum svo að þau séu fingurþétt.

h) Vinndu krukkurnar í forhitaðri þrýstihylki í 40 mínútur.

i) Þegar vinnslutími: er lokið skaltu slökkva á hitanum og leyfa niðursuðunni að ná náttúrulega stofuhita.

j) Þegar það er kólnað skaltu fjarlægja krukkurnar úr dósinni og athuga þéttingarnar.

48. Sætar kartöflur og tequila súpa

Gerir: 4 skammta

HRÁEFNI:
- 3 miðlungs sætar kartöflur
- 4 matskeiðar Tequila
- ¼ bolli ósaltað smjör; herbergishiti.
- Ferskur rifinn múskat eftir smekk
- ½ tsk Salt
- Nýmalaður hvítur pipar eftir smekk

LEIÐBEININGAR:
a) Skrúfið óafhýddar sætar kartöflur, skerið í stóra bita og eldið í léttsöltu sjóðandi vatni þar til þær eru mjúkar. Hellið síðan vatni af, setjið lok á pönnuna og látið kartöflurnar „fluffa" í um 5 mínútur.
b) Skrældu kartöflur fljótt, bætið við 2 msk tequila, smjöri og múskati. Þeytið með rafmagnshrærivél eða vinnið í matvinnsluvél þar til það er slétt.
c) Smakkið til og bætið við salti, hvítum pipar og 2 matskeiðum til viðbótar tequila, ef vill. Berið fram heitt. Gerir 4 til 6 skammta.

49. Rauðbaunapottrétt frá Jamaíka

Gerir: 4 skammta

Hráefni
- 1 gulur laukur, saxaður
- 2 gulrætur, skornar í sneiðar
- ½ bolli vatn
- 13,5 aura dós af kókosmjólk
- 2 hvítlauksrif, söxuð
- ¼ tsk svartur pipar
- 1 sæt kartöflu, afhýdd og skorin í teninga
- 3 bollar soðnar dökkrauðar nýrnabaunir, tæmdar og skolaðar
- 1 matskeið ólífuolía
- 1 tsk heitt eða milt karrýduft
- 1 tsk þurrkað timjan
- ¼ tsk malað pipar
- ½ tsk lágnatríumsalt
- 14,5 aura dós af hægelduðum tómötum, tæmd

LEIÐBEININGAR

a) Hitið olíuna í potti og steikið laukinn og gulræturnar í um 4 mínútur.

b) Bætið við hvítlauk, sætri kartöflu og rauðum pipar og síðan nýrnabaunum, tómötum, karrýdufti, timjani, kryddjurtum, salti og svörtum pipar.

c) Hrærið vatninu saman við og látið malla undir loki í 30 mínútur.

d) Hrærið kókosmjólkinni út í rétt í lokin.

50. Kjúklingasúpa

Undirbúningstími: 25 mínútur
Eldunartími: 1 klukkustund og 15 mínútur
Gerir: 6 skammta

Hráefni
- 1½ -2 pund kjúklingur, skorinn í bita
- 10 bollar vatn 2 ½ lítrar
- 1 pund grasker getur notað 1 butternut squash, hakkað
- 2 kartöflur írskar eða sætar kartöflur, saxaðar
- 1 Chocho saxað
- 2 gulrætur saxaðar
- 2 rauðlaukur saxaðir
- 6 greinar timjan
- Skosk vélarhlíf
- 8 pimento ber

FYRIR DUMPLING OG SPINNAR
- 2 bollar glútenlaust hveiti 260g
- ½ bolli vatn
- ½ tsk bleikt salt

LEIÐBEININGAR

a) Látið suðu koma upp í potti af vatni.

b) Bætið við kjúklingnum, helmingnum af graskerinu eða leiðsögninni og pimentóberjunum.

c) Sjóðið blönduna í 30 mínútur með loki á, eða þar til kjúklingurinn er eldaður og leiðsögnin eða graskerin mjúk.

d) Notaðu gaffal til að stappa graskerið eða leiðsögnina.

e) Til að búa til dumplings skaltu sameina hveitið og bleika saltið í meðalstórri skál og bæta svo vatninu smám saman við.

f) Blandið saman vatni og hveiti til að mynda deigkúlu.

g) Taktu örlítið af deiginu og rúllaðu því í lófann.

h) Myndaðu deigkúluna í diska til að búa til dumplings sem venjulega myndast.

i) Setjið hvern snúða og dumpling varlega í soðið sem sýrð er.

j) Bætið við afganginum af graskerinu eða leiðsögninni, rauðlauknum, Chocho, kartöflum, gulrótum, timjani, heimabökuðu hanasúpublöndu og skoskri vélhlíf.

k) Lokið pottinum og látið súpuna malla í 45 mínútur eða þar til hún þykknar.

51. Kornsúpa

Undirbúningstími: 10 mínútur
Eldunartími: 1 klukkustund og 35 mínútur
Gerir: 6 skammta

HRÁEFNI:
- 1½ pund af söltuðum svínahalum skornir í bita og soðnir
- 1 ¼ bolli gular klofnar baunir, þvegnar
- 5 ¼ bollar vatn
- 4 hvítlauksgeirar, pressaðir
- 2 matskeiðar Kókosolía
- 6 greinar af fersku timjan
- 1 Laukur, sneiddur
- 2 stilkar sellerí, skornir í teninga
- ¼ bolli saxuð fersk steinselja
- 3 laukur, saxaður
- 3 Pimiento paprikur, skornar í teninga
- 2 Red Bird's Eye Chili Pepper
- 3 matskeiðar söxuð kóríanderlauf
- ¼ tsk nýmalaður svartur pipar
- 2 bollar hægelduð grasker
- 2 bollar niðurskornar sætar kartöflur
- 2 bollar kjúklingakraftur
- 1½ bolli Kókosmjólk
- 2 gulrætur, skornar í teninga
- 4 Maís skorið í bita
- 1 dós Rjómakorn
- 1 bolli frosinn maís
- 1 bolli alhliða hveiti
- 1 klípa Salt

LEIÐBEININGAR:

a) Blandið soðnu grísunum saman við gulu klofnu baunirnar og hvítlaukinn og látið suðuna koma upp.

b) Látið malla í 35-40 mínútur eða þar til baunirnar eru orðnar meyrar.

c) Hitið kókosolíuna yfir meðalloga, bætið síðan lauknum, rauðlauknum, fersku timjaninu, pimiento paprikunni, kóríanderlaufunum, ferskri steinselju, rauðum fugla chili pipar, sellerí og nýmöluðum svörtum pipar út í. Eldið í um 4-5 mínútur.

d) Bætið sætum kartöflum, graskerum og gulrótum út í og hrærið vel. Bætið þá kjúklingakraftinum út í og látið sjóða í um 25 mínútur.

e) Bætið baununum/svínhalanum í súpupottinn og hrærið vel.

f) Bætið kókosmjólkinni, frosnum maís og rjómaís saman við.

g) Látið malla í aðrar 20 mínútur.

h) Setjið vatnið, alhliða hveiti og salt í skál og hnoðið til að mynda mjúkt deig. Látið deigið hvíla í um 5 mínútur.

i) Skiptið í 3 smærri kúlur og rúllið hverjum hluta út til að mynda þykkt strá, sívalning.

j) Skerið í hæfilega stóra bita og bætið út í sjóðandi súpuna.

k) Bætið niðurskornu bitunum af maís saman við og eldið í um það bil 5 mínútur.

52. Lax grænmetisæta

Skammtar: 4 skammtar

HRÁEFNI:
- 2 laxaflök, hýðið fjarlægt og skorið í hæfilega bita
- 1 ½ bolli hvítlaukur, smátt saxaður
- 1 ½ bolli sæt kartöflur, skrældar og skornar í teninga
- 1 bolli spergilkál, skorið í litla bita
- 3 bollar kjúklingasoð
- 2 bollar nýmjólk
- 2 matskeiðar alhliða hveiti
- 1 tsk þurrkað timjan
- 3 matskeiðar ósaltað smjör
- 1 lárviðarlauf
- Salt og pipar eftir smekk
- Flat steinselja, smátt söxuð

LEIÐBEININGAR:
a) Steikið saxaðan lauk í ósöltuðu smjöri þar til hann er hálfgagnsær. Hrærið hveiti út í og blandið vel saman við smjörið og laukinn. Hellið kjúklingasoði og mjólk út í og bætið svo sætum kartöflum, lárviðarlaufi og timjan út í.
b) Látið blönduna malla í 5-10 mínútur á meðan hrært er af og til.
c) Bætið laxinum og spergilkálinu saman við. Steikið síðan í 5-8 mínútur.
d) Kryddið með salti og pipar og stillið bragðið þegar þarf.
e) Færið yfir í litlar stakar skálar og skreytið með saxaðri steinselju.

53. Malaður bison- og grænmetispottréttur

Skammtar: 5-6

Hráefni
- 1 pund malað bison
- 1-2 matskeiðar avókadóolía
- 3 stórar gulrætur (2 bollar), saxaðar
- 3 sellerístilkar (1 bolli), skornir í sneiðar
- 2 stórar hvítar sætar kartöflur (2 bollar), saxaðar
- 1/2 tsk salt
- 2 tsk túrmerik
- 3 bollar kjúklingasoð
- 1 1/2 bolli butternut squash, maukað
- 3 bollar grænkál, saxað
- Fersk steinselja, álegg (valfrjálst)

Leiðbeiningar
a) Hitið stóra pönnu yfir miðlungshita og bætið möluðu bisonunum út í, brjóta í bita. Þegar kjötið er búið að elda, takið það af pönnunni og setjið til hliðar.
b) Hitið avókadóolíuna í stórum potti á meðalhita. Þegar það er orðið heitt, bætið niðursöxuðum gulrótunum og selleríinu út í. Steikið í um 8 mínútur.
c) Bætið hvítum sætum kartöflum, salti og túrmerik út í og blandið hráefninu saman. Haltu áfram að elda hráefnin við meðalhita, hrærið reglulega í 10 mínútur í viðbót eða þar til grænmetið hefur mýkst aðeins.
d) Bætið út í soðinu, maukuðu butternut squash, grænkáli og bison. Hrærið öllu hráefninu saman og stillið á lágan-miðlungshita, látið soðið malla í um það bil 30 mínútur.
e) Þegar soðið er tilbúið, berið fram heitt og toppið með ferskri steinselju ef vill.

54. Kókos nautakjöt karrý

DÓTTUR: 4

HRÁEFNI:
- 1 ½ pund. nautakjöt, skorið í bita
- ½ bolli basilíka, skorin í sneiðar
- 2 matskeiðar púðursykur
- 2 matskeiðar fiskisósa
- ¼ bolli kjúklingakraftur
- ¾ bolli kókosmjólk
- 2 matskeiðar karrýmauk
- 1 laukur, sneiddur
- 1 paprika, skorin í sneiðar
- 1 sæt kartöflu

LEIÐBEININGAR:
a) Blandið öllum hráefnum nema basilíkunni saman í instant pottinum og hrærið vel.
b) Eldið á háum hita í 15 mínútur eftir að potturinn er lokaður með loki.
c) Leyfðu þrýstingnum að losna á náttúrulegan hátt áður en lokið er opnað.
d) Bætið basilíkunni út í og blandið vel saman.
e) Berið fram.

55. Sætar kartöflu- og graskerssúpa

Gerir 4 til 6 skammta

HRÁEFNI:
- 1 lítið grasker (um 2 pund)
- 1 tsk extra virgin ólífuolía
- 5 bollar grænmetiskraftur, [heimagerð](#) eða keypt í búð
- 1 (2 tommu) kanilstöng
- ½ tsk gróft sjávarsalt
- 2 sætar kartöflur (um það bil 1½ pund alls), skrældar og skornar í 1 tommu bita
- 1 bolli [Rjómaðar kasjúhnetur](#)
- Nýmalaður hvítur pipar

LEIÐBEININGAR:

a) Forhitið ofninn í 275°F. Klæðið litla bökunarplötu með bökunarpappír.

b) Skerið toppinn af graskerinu og ausið fræin úr. (Það er í lagi ef fræin eru með leifar af leiðsögn á þeim.) Setjið fræin í litla skál, dreypið olíunni yfir og hrærið þar til þau eru jafnhúðuð.

c) Dreifið fræjunum í einu lagi á fóðruðu bökunarplötuna og bakið í um það bil 15 mínútur, þar til þau eru ljósbrúnt, hrærið á 5 mínútna fresti til að elda jafnt. Setja til hliðar.

d) Á meðan skaltu afhýða graskerið og skera það í 1 tommu bita. Setjið soðið, kanilstöngina og saltið í stóran pott yfir meðalhita og látið suðuna koma upp. Eldið í 5 mínútur, bætið síðan graskerinu og sætum kartöflum saman við. Hækkið hitann í háan og látið suðuna koma upp.

e) Lækkið hitann strax í miðlungs-lágan, lokið á og látið malla, hrærið af og til, þar til grænmetið er mjúkt í gaffli, um það bil 35 mínútur. Hrærið cashew kreminu saman við.

f) Notaðu venjulegan blöndunartæki og vinnðu í lotum, eða notaðu blöndunartæki, blandaðu súpunni þar til hún er slétt. Hellið súpunni aftur í pottinn og eldið við meðalhita, hrærið af og til, þar til hún er orðin heit.

g) Ef nauðsyn krefur, þynntu með vatni svo súpan hellist auðveldlega af skeið. Kryddið með salti og pipar eftir smekk. Berið fram skreytt með ristuðu graskersfræunum.

56. Thai sætkartöflu karrý

Gerir: 4-5

HRÁEFNI:
- Olía: 1 matskeið
- Skalottlaukur: 2, þunnar sneiðar
- Sætar kartöflur: 2 (afhýddar og skornar í teninga)
- Ferskt barnaspínat: 3-4 bollar
- Karrýmauk: 2-3 matskeiðar
- Venjuleg kókosmjólk: 1 (14 aura)
- Seyði eða vatn: ½-1 bolli
- Hnetur og kóríander: ½ bolli (hakkað)
- Sojasósa: eftir smekk

LEIÐBEININGAR:
a) Hvítlaukur, skalottlaukur og engifer ættu allir að vera steiktir.
b) Blandið öllu hráefninu og nokkrum kryddum, sítrónugrasmauki og kóríander í matvinnsluvél.
c) Hitið olíuna í miðlungs hátt hitastig.
d) Hrærið skalottlauknum og sætum kartöflum saman við til að húða þá með olíu.
e) Hrærið karrýmaukinu saman við þar til það hefur blandast vel saman.
f) Bætið spínatinu út í þar til það er alveg visnað.
g) Bætið hnetum/kóríanderblöndunni út í, geymið nokkrar til að skreyta.
h) Bætið sojasósu út í.
i) Berið fram með afganginum af hnetunum/kóríander ofan á hrísgrjónunum.

57. Thai karrý heitur pottur

Gerir: 8-10

HRÁEFNI:
HEIT POTNESJÚÐI:
- Ólífuolía: 1 matskeið
- Hvítlauksrif: 5, hakkað
- Ferskt engifer: 1 tommur (skera í þykkar sneiðar)
- Grænmetiskraftur í eldhúsi: 8 bollar
- Kókosmjólk: 3 dósir (15 aura)
- Thai Eldhús rautt karrýmauk: 4-6 matskeiðar (eftir smekk)

HEITAR KÖLLUR OG ÁFRAMHALDIÐ:
- Stökkt tófú
- Núðlur / hrísgrjón
- Paprika í sneiðar, sætar kartöflur, spergilkál, gulrætur, laukur, baunir, blómkál, leiðsögn, sveppir Grænir
- Hvítkál, baby bok choy, grænkál, spínat eða álegg
- Ferskar kryddjurtir
- Ferskur chili
- Ristar kókosflögur
- Lime bátar
- Grænn laukur: þunnt sneið

LEIÐBEININGAR:

a) Hitið ólífuolíuna í risastórum potti.

b) Bætið hvítlauknum og engiferinu út í og eldið.

c) Hrærið grænmetiskraftinum og kókosmjólkinni saman við þar til allt hefur blandast vel saman.

d) Þeytið síðan 3 til 4 matskeiðar af karrýmauki út í þar til það er alveg uppleyst.

e) Smakkið til og bætið við meira karrýmauki ef þarf.

f) Lokið og eldið í 5 mínútur við lágan hita. Að því loknu skaltu taka engifersneiðarnar út.

g) Látið malla þar til tilbúið til framreiðslu.

h) Bætið við valnum dýfingum, sjóðið og sigtið þær í skálarnar með sigti.

i) Fylltu hverja skál með sleif af seyði.

j) Skreytið með áleggi og berið fram heitt.

58. Krydduð sætkartöflugrænkál Cannellini súpa

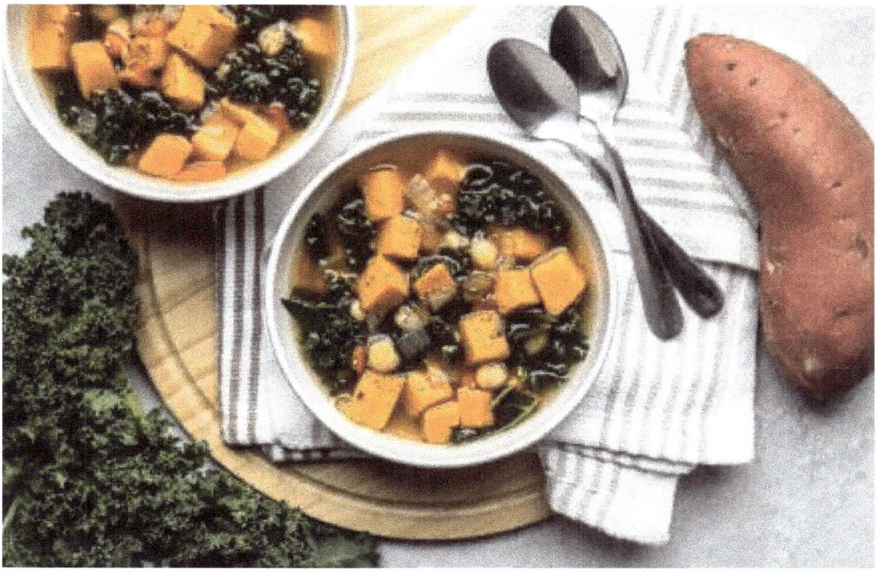

Gerir: 12

HRÁEFNI:
- Parmesanostur (rifinn) 1 bolli
- Giardiniera 1/2 bolli
- Ólífuolía eftir þörfum
- Þungur þeyttur rjómi 1/2 bolli
- Nýtt grænkál (hakkað) 3 bollar
- Cannellini baunir (tæmdar og skolaðar) 2 bollar
- Grænmetissoð 1¾ bollar
- Pipar 1/4 tsk
- Salt 1/2 tsk
- Rauð piparflögur (muldar) 1 tsk
- Salvía (nudduð) 1 tsk
- Granny Smith epli, meðalstór (hakkað og skræld) 2
- Sætar kartöflur, miðlungs (teningur) 5
- Hunang 1 teskeið
- Hvítlauksrif (hakkað) 3
- Laukur, meðalstór (fínt saxaður) 1
- Ólífuolía 2 matskeiðar

LEIÐBEININGAR:

a) Taktu 6 lítra pott og hitaðu olíuna í honum yfir meðalháum loga.

b) Bætið lauknum út í og eldið og blandið í 7 til 8 mínútur þar til þeir verða mjúkir.

c) Bætið hvítlauknum út í og eldið í 1 mínútu í viðbót. Blandið út í það seyði, kryddi, hunangi, eplum og sætum kartöflum.

d) Sjóðið það til að lækka hitann. Látið malla og látið malla í hálftíma þar til kartöflurnar eru orðnar meyrar.

e) Notaðu blöndunartæki til að mauka súpuna eða kældu súpuna aðeins og maukaðu hana í lotur í blandara. Settu það aftur í pönnuna.

f) Bætið kálinu og baununum út í og eldið það. Haltu því óhuldu yfir meðalloga í 15 mínútur þar til grænkálið verður mjúkt. Hrærið reglulega.

g) Hrærið rjómanum út í og berið fram með álegginu eins og þið viljið.

59. Sætar kartöflukjúklingapottréttur

Gerir: 8

Hráefni:

- Brún hrísgrjón (heit og soðin) eins og þú vilt
- Cayenne pipar 1/4 tsk
- Þurrkað timjan (deilt) 1/2 tsk
- Hnetusmjör (rjómakennt) 1/4 bolli
- Kjúklingasoð (natríumskert) 1 bolli
- Sætar kartöflur, stórar (afhýddar og 1 tommu teningur skornar) 1
- Niðursoðnir tómatar 3 ½ bollar
- Svarteygðar baunir (tæmdar og skolaðar) 2 bollar
- Fersk engiferrót (hakkað) 2 matskeiðar
- Hvítlauksrif (hakkað) 6
- Laukur, meðalstór (þunnt sneið) 1
- Canola olía (skipt) 3 tsk
- Pipar 1/4 tsk
- Salt 1/2 tsk
- Kjúklingabringur (húðlausar, beinlausar og í teningum) 2 bollar

LEIÐBEININGAR:

a) Stráið smá pipar og salti yfir kjúklinginn. Eldið kjúklinginn yfir meðalloga í tveimur teskeiðum af olíunni í 5 mínútur í hollenskum ofni þar til kjúklingurinn er ekki lengur bleikur; Taktu kjúklinginn úr ofninum og settu hann til hliðar.

b) Á sömu pönnu, steikið laukinn í olíunni sem er eftir þar til hann verður mjúkur. Bætið engiferinu og hvítlauknum saman við; elda í eina mínútu í viðbót.

c) Hrærið cayenne, 1¼ tsk af timjan, hnetusmjöri, seyði, sætum kartöflum, tómötum og ertum út í.

d) Sjóðið þær og lækkið hitann; lokið yfir og látið malla í 15 til 20 mínútur þar til kartöflurnar verða mjúkar. Bætið kjúklingnum út í og hitið almennilega í gegn.

e) Berið það fram með hrísgrjónum ef þess er óskað. Stráið yfir með því að nota timjan sem eftir er.

60. Sætar kartöflu linsubaunir

Gerir: 6

HRÁEFNI:
- Ferskt kóríander (hakkað) 1/4 bolli
- Grænmetissoð 5¼ bollar
- Cayenne pipar 1/4 tsk
- Engifer, malað 1/4 tsk
- Kúmen, malað 1/2 tsk
- Hvítlauksrif (hakkað) 4
- Laukur, meðalstór (hakkað) 1
- Gulrætur, miðlungs (skera í bita 1 tommu) 3
- Þurrkaðar linsubaunir (skolaðar) 1½ bollar
- Sætar kartöflur, miðlungs 2¼ bollar

LEIÐBEININGAR:

a) Taktu 3-quart eldavél (hægur) og safnaðu saman síðustu níu hráefnunum.

b) Eldið þær en hyljið ekki.

c) Eldið við lágan hita í 5 til 6 klukkustundir þar til linsurnar og grænmetið verða mjúkt. Blandið kóríander út í.

61. Callaloo súpa

Undirbúningstími: 20 mínútur
Eldunartími: 1 klst
Gerir: 4 -6 skammta

Hráefni
- 6 bollar af callaloo eða spínati
- 1½ bollar sæt kartöflu í teningum
- 1½ bolli af hnetuskerpi, skorið í teninga
- 1 laukur skorinn í sneiðar
- 4 hvítlauksrif söxuð
- ½ matskeið af þurrkuðu timjan
- ¼ af skoskri vélarhlíf ekki of mikið
- 1 tsk af Himalayan bleiku salti
- 1 rauðlaukur eða 3 saxaðir
- ¼ teskeið af svörtum pipar
- 4-5 okrar skornar í sneiðar
- 2 bollar af grænmetiskrafti
- 2 bollar af kókosmjólk
- 2 matskeiðar af kókosolíu

LEIÐBEININGAR

a) Hitið þungan pott yfir meðalhita áður en kókosolíu er bætt út í.

b) Steikið hvítlauk, lauk og rauðlauk í eina mínútu, eða þar til laukurinn er mjúkur.

c) Bæta við hægelduðum butternut, sætu kartöflum og okra.

d) Leyfið grænmetinu að svitna á pönnunni í tvær til þrjár mínútur, hrærið stöðugt í til að koma í veg fyrir að það brenni.

e) Bætið við skothlífinni, timjan, salti og pipar á meðan grænmetinu er kastað.

f) Bætið spínatinu eða callaloo á pönnuna.

g) Bætið kókosmjólkinni og grænmetiskraftinum út í og lækkið þá hitann í lágan.

h) Lokið pönnunni með loki og látið malla þar til hún þykknar, allt að klukkutíma.

i) Þegar tilskilinni þykkt hefur verið náð er hægt að púlsa með dýfingarstöngblanda til að ná meiri súpulíkri þéttleika.

62. Kjúklingabauna sætkartöfluplokkfiskur

Gerir: 4

HRÁEFNI:
- 15oz kjúklingabaunir, tæmdar og skolaðar
- 2 bollar sætar kartöflur, skrældar og skornar í teninga
- 4 matskeiðar grænmetissoð
- 15oz eldristaðir niðursoðnir tómatar, 1 dós
- 3 hvítlauksgeirar, saxaðir
- 1 lítill laukur, skorinn í teninga
- 1 tsk engifer, hakkað
- 3 bollar grænmetissoð
- 5oz ferskt spínat
- 1/4 tsk þurrkað kóríander
- 1/8 tsk cayenne
- 1 matskeið sæt paprika
- 1/2 tsk kúmen

LEIÐBEININGAR:

a) Hitið grænmetissoðið í stórum potti eða ofni yfir meðalhita. Þegar soðið mallar, eldið laukinn í 4-5 mínútur eða þar til hann er hálfgagnsær.

b) Hrærið hvítlauknum og engiferinu saman við í að minnsta kosti 2 til 3 mínútur. Eldið og hrærið stundum þar til það er ilmandi, bætið síðan sætri papriku, kúmeni, kóríander og cayenne út í.

c) Látið suðuna koma upp í potti, kjúklingabaunir, sætar kartöflur, mulið tómatar og grænmetissoð. Lækkið hitann í miðlungs-lágan og látið sætu kartöflurnar sjóða í 15-20 mínútur, eða þar til þær eru mjúkar.

d) Hrærið spínatinu saman við þar til það er mjúkt. Berið fram strax.

63. Kókos karrý linsubaunir

Gerir: 10

HRÁEFNI:
- 2 bollar brúnar linsubaunir
- 14oz dós kókosmjólk, fullfita
- 3 matskeiðar karrýduft
- 2 hvítlauksgeirar
- 1 gulur laukur
- 15oz tómatsósa
- 1 3/4 pund sæt kartöflu
- 3 bollar grænmetissoð
- 2 gulrætur
- 15oz smávaxnir tómatar
- 1/4 tsk malaður negull

TIL AFREISNUNAR
- 1/2 rauðlaukur
- 1/2 búnt ferskt kóríander
- 10 bollar soðin hrísgrjón

LEIÐBEININGAR:

a) Saxið hvítlaukinn og skerið laukinn í sneiðar. Skerið skrældar gulræturnar og saxið sætu kartöfluna í ¼ til ½ tommu teninga.

b) Blandaðu saman hvítlauk, lauk, sætri kartöflu, gulrótum, linsubaunir, karrýdufti, negul, hægelduðum tómötum, tómatsósu og grænmetissoði í hægum eldavél. Hrærið öllu saman.

c) Stilltu hæga eldavélina á hátt í 4 klukkustundir eða lágt í 7-8 klukkustundir. Þegar linsurnar eru búnar eiga þær að vera mjúkar og mest af vökvanum frásogast.

d) Blandið linsunum og kókosmjólkinni saman í blöndunarskál. Stillið saltið eða önnur krydd eftir smekk.

e) Til að bera fram skaltu setja 1 bolla soðin hrísgrjón í skál og síðan 1 bolli linsubaunir.

f) Berið fram skreytt með fínt skornum rauðlauk og fersku kóríander.

PASTA

64. Kastaníuhnetu- og sætkartöflugnocchi

Gerir: 4 skammta

HRÁEFNI:
GNOCCHI
- 1 + ½ bolli af ristuðum sætum kartöflum
- ½ bolli Kastaníumjöl
- ½ bolli nýmjólk ricotta
- 2 tsk kosher salt
- ½ bolli glútenlaust hveiti
- Hvítur pipar eftir smekk
- Reykt paprika eftir smekk

SVEPPER & KASTANJA RAGU
- 1 bolli takkasveppur, skorinn í 4
- 2-3 portobello sveppir, skornir í fína strimla
- 1 bakki af shimeji sveppum (hvítir eða brúnir)
- ⅓ bolli af kastaníuhnetu, í teningum
- 2 matskeiðar af smjöri
- 2 skalottlaukar, smátt saxaðir
- 2 hvítlauksgeirar, smátt saxaðir
- 1 tsk tómatmauk
- Hvítvín (eftir smekk)
- Kosher salt (eftir smekk)
- 2 matskeiðar fersk salvía, smátt skorin
- Steinselja eftir smekk

AÐ KLÁRA
- 2 matskeiðar af ólífuolíu
- Parmesan ostur (eftir smekk)

LEIÐBEININGAR:
GNOCCHI
a) Hitið ofninn í 380 gráður.
b) Stingið sætu kartöflurnar í gegn með gaffli.
c) Setjið sætu kartöflurnar á ofnplötu og steikið í um 30 mínútur, eða þar til þær eru meyrar. Látið kólna aðeins.
d) Flysjið sætu kartöflurnar og færið þær í matvinnsluvél. Maukið þar til slétt.
e) Blandið saman þurrefnunum (kastaníumjöli, salti, glútenlausu hveiti, hvítum pipar og reyktri papriku) í stóra skál og haltu þeim til hliðar.
f) Flyttu sætkartöflumaukinu yfir í stóra skál. Bætið ricotta út í og bætið ¾ af þurrkuðu blöndunni út í. Færið deigið yfir á mjög hveitistráðan vinnuborð og hnoðið meira hveiti varlega inn í þar til deigið kemur saman en er samt mjög mjúkt.
g) Skiptið deiginu í 6-8 hluta og rúllið hverjum bita í 1 tommu þykkt reipi.
h) Skerið strengina í 1 tommu lengd og rykið hvert stykki með glútenfríu hveiti.
i) Rúllaðu hverjum gnocchi upp að tindunum á hveitistráðum gaffli til að gera litlar dældir.
j) Geymið það á bakka í kæliskápnum þar til þú ert tilbúinn að nota það.

SVEPPER & KASTANJA RAGU
k) Bræðið smjörið á heitri pönnu og bætið við smá salti.
l) Bætið skalottlaukunum, hvítlauknum og salvíunni út í og steikið í 10 mínútur þar til skalottlaukurinn er hálfgagnsær.
m) Bætið öllum sveppunum út í og steikið við háan hita, hrærið stöðugt í.
n) Bætið tómatmaukinu og hvítvíninu út í og látið draga úr því þar til sveppirnir eru orðnir mjúkir og mjúkir.

o) Toppaðu ragu með ferskri saxaðri steinselju og hægelduðum kastaníuhnetum. Setja til hliðar.

AÐ KLÁRA

p) Látið suðu koma upp í stórum potti af saltvatni. Bætið sætu kartöflugnocchi út í og eldið þar til þeir fljóta upp á yfirborðið, um 3-4 mínútur.

q) Færið gnocchiið yfir á stóran disk með skálinni. Endurtaktu með gnocchi sem eftir er.

r) Bræðið 2 matskeiðar af ólífuolíu í stórri sautépönnu.

s) Bætið gnocchiinu út í, hrærið varlega, þar til gnocchiið er karamelliskennt.

t) Bætið við sveppnum Ragu og bætið við nokkrum matskeiðum af gnocchi vatninu.

u) Hrærið varlega og látið malla í 2-3 mínútur við háan hita.

v) Berið fram með parmesanosti yfir.

65. Bucatini með pestó og sætum kartöflum

Gerir: 4 skammtar

HRÁEFNI:
- 1 sæt kartöflu, afhýdd og skorin í teninga
- 1 rauðlaukur, skorinn í litla teninga
- 1/3 bolli + 2 matskeiðar. af ólífuolíu, jafnt skipt
- Dautt af salti og svörtum pipar
- 4 bollar af grænkáli, ferskt og rifið
- ½ bolli af steinselju, flatblaða og ferskt
- 2 aura af parmesanosti, nýrifinn og aukalega til framreiðslu
- 1 hvítlauksgeiri
- 2 teskeiðar. af sítrónuberki
- 1 ½ matskeið. af sítrónusafa, ferskum
- 12 aura af bucatini
- Furuhnetur, létt ristaðar og til framreiðslu

LEIÐBEININGAR:

a) Fyrst skaltu hita ofninn í 425 gráður.

b) Á meðan ofninn er að hitna skaltu nota stóra bökunarplötu og bæta við kartöflum, laukbátum og tveimur matskeiðum af ólífuolíu út í. Kasta til að blanda saman. Kryddið með smá salti og svörtum pipar.

c) Sett í ofninn til að baka í 24 til 26 mínútur eða þar til kartöflurnar og laukbátarnir eru mjúkir.

d) Á þessum tíma er grænkálið og saxaðri steinselju sett í matvinnsluvél. Púlsaðu 5 sinnum eða þar til það er saxað. Bætið síðan parmesanosti, hvítlauksrifum, ferskum sítrónuberki og ferskum sítrónusafa út í. Púlsaðu aftur í 12 sinnum í viðbót.

e) Dreifið hægt og rólega hinum 1/3 bolla af ólífuolíu í blönduna og haltu áfram að púlsa. Kryddið með smá salti og svörtum pipar.

f) Næst skaltu elda pastað í sjóðandi vatni þar til það er mjúkt. Þegar það er soðið, hellið af pastanu og setjið til hliðar. Gakktu úr skugga um að geyma ¼ bolla af pastavatninu.

g) Bætið soðnu pastanu, nýgerðu pestóinu og ristuðu grænmetinu í stóra skál. Kasta til að blanda saman. Hellið pastavatninu út í og hrærið aftur til að blanda saman.

h) Berið fram strax með álegg af parmesanosti og ristuðu furuhnetunum.

66. Kastaníuhnetu- og sætkartöflugnocchi

Gerir: 4 skammta

HRÁEFNI:
GNOCCHI
- 1 + ½ bolli af ristuðum sætum kartöflum
- ½ bolli Kastaníumjöl
- ½ bolli nýmjólk ricotta
- 2 tsk kosher salt
- ½ bolli glútenlaust hveiti
- Hvítur pipar eftir smekk
- Reykt paprika eftir smekk

SVEPPER & KASTANJA RAGU
- 1 bolli takkasveppur, skorinn í 4
- 2-3 portobello sveppir, skornir í fína strimla
- 1 bakki af shimeji sveppum (hvítir eða brúnir)
- 1/3 bolli af kastaníuhnetu, í teningum
- 2 matskeiðar af smjöri
- 2 skalottlaukar, smátt saxaðir
- 2 hvítlauksgeirar, smátt saxaðir
- 1 tsk tómatmauk
- Hvítvín (eftir smekk)
- Kosher salt (eftir smekk)
- 2 matskeiðar fersk salvía, smátt skorin
- Steinselja eftir smekk

AÐ KLÁRA
- 2 matskeiðar af ólífuolíu
- Parmesan ostur (eftir smekk)

LEIÐBEININGAR:
GNOCCHI
a) Hitið ofninn í 380 gráður.
b) Stingið sætu kartöflurnar í gegn með gaffli.
c) Setjið sætu kartöflurnar á ofnplötu og steikið í um 30 mínútur, eða þar til þær eru meyrar. Látið kólna aðeins.
d) Flysjið sætu kartöflurnar og færið þær í matvinnsluvél. Maukið þar til slétt.
e) Blandið saman þurrefnunum (kastaníumjöli, salti, glútenlausu hveiti, hvítum pipar og reyktri papriku) í stóra skál og haltu þeim til hliðar.
f) Flyttu sætkartöflumaukinu yfir í stóra skál. Bætið ricotta út í og bætið ¾ af þurrkuðu blöndunni út í. Færið deigið yfir á mjög hveitistráðan vinnuborð og hnoðið meira hveiti varlega inn í þar til deigið kemur saman en er samt mjög mjúkt.
g) Skiptið deiginu í 6-8 hluta og rúllið hverjum bita í 1 tommu þykkt reipi.
h) Skerið strengina í 1 tommu lengd og rykið hvert stykki með glútenfríu hveiti.
i) Rúllaðu hverjum gnocchi upp að tindunum á hveitistráðum gaffli til að gera litlar dældir.
j) Geymið það á bakka í kæliskápnum þar til þú ert tilbúinn að nota það.
SVEPPER & KASTANJA RAGU
k) Bræðið smjörið á heitri pönnu og bætið við smá salti.
l) Bætið skalottlaukunum, hvítlauknum og salvíunni út í og steikið í 10 mínútur þar til skalottlaukurinn er hálfgagnsær.
m) Bætið öllum sveppunum út í og steikið við háan hita, hrærið stöðugt í.
n) Bætið tómatmaukinu og hvítvíninu út í og látið draga úr því þar til sveppirnir eru orðnir mjúkir og mjúkir.

o) Toppaðu ragu með ferskri saxaðri steinselju og hægelduðum kastaníuhnetum. Setja til hliðar.

AÐ KLÁRA

p) Látið suðu koma upp í stórum potti af saltvatni. Bætið sætu kartöflugnocchi út í og eldið þar til þeir fljóta upp á yfirborðið, um 3-4 mínútur.

q) Færið gnocchiið yfir á stóran disk með skálinni. Endurtaktu með gnocchi sem eftir er.

r) Bræðið 2 matskeiðar af ólífuolíu í stórri sautépönnu.

s) Bætið gnocchiinu út í, hrærið varlega, þar til gnocchiið er karamelliskennt.

t) Bætið við sveppnum Ragu og bætið við nokkrum matskeiðum af gnocchi vatninu.

u) Hrærið varlega og látið malla í 2-3 mínútur við háan hita.

v) Berið fram með parmesanosti yfir.

HLIÐAR

67. Lime og tequila sætar kartöflur

Gerir: 1 skammt

HRÁEFNI:
- 2 pund sætar kartöflur; skrældar
- ¼ bolli ferskur lime safi
- 2 matskeiðar hunang
- 1 matskeið Tequila

LEIÐBEININGAR:
a) Skerið sætar kartöflur í ¾ tommu þykkar sneiðar. Sjóðið sneiðar á stórri pönnu við háan hita í um 6 mínútur. Tæmdu. Sætar kartöflur eiga að vera bara mjúkar. Blandið saman limesafa, hunangi og tequila í skál.

b) Penslið yfir kartöflur. Grillið á smurðri rist í 4 til 6 mínútur. Penslið endurtekið með blöndunni og snúið oft. Sætar kartöflur eru tilbúnar þegar þær eru brúnaðar.

68. Sætkartöflubeikonmauk

Gerir: 4

HRÁEFNI:
- 3 sætar kartöflur, skrældar
- 4 aura beikon, saxað
- 1 bolli kjúklingakraftur
- 1 matskeið smjör
- 1 tsk salt
- 2 aura parmesan, rifinn

LEIÐBEININGAR:
a) Skerið sæta kartöflu í teninga og setjið á pönnuna.
b) Bætið kjúklingakrafti út í og lokaðu lokinu.
c) Sjóðið grænmetið þar til það er mjúkt.
d) Eftir þetta er kjúklingakrafturinn skolaður af.
e) Stappaðu sætu kartöfluna með hjálp kartöflustöppunnar. Bætið við rifnum osti og smjöri.
f) Blandið saman salti og söxuðu beikoni. Steikið blönduna þar til hún er stökk (10-15 mínútur).
g) Bætið soðnu beikoni við sætu kartöflumúsina og blandið saman með hjálp skeiðar.
h) Mælt er með því að bera máltíðina fram heita eða heita.

69. Hrærðar sætar kartöflur með parmesan

Gerir: 2

HRÁEFNI:
- 2 sætar kartöflur, skrældar
- ½ gulur laukur, sneiddur
- ½ bolli rjómi
- ¼ bolli spínat
- 2 aura parmesanostur, rifinn
- ½ tsk salt
- 1 tómatur
- 1 tsk ólífuolía

LEIÐBEININGAR:
a) Saxið sætu kartöflurnar.
b) Saxið tómatinn.
c) Saxið spínatið.
d) Sprautaðu loftsteikingarbakkanum með ólífuolíu.
e) Settu síðan á lagið af saxuðu sætu kartöflunni.
f) Bætið við laginu af sneiðum lauknum.
g) Eftir þetta, stráið niðursneidda lauknum með söxuðu spínati og tómötum.
h) Stráið salti og rifnum osti yfir pottinn.
i) Hellið rjóma.
j) Forhitaðu loftsteikingarvélina í 390 F.
k) Hyljið loftsteikingarbakkann með filmunni.
l) Eldið pottinn í 35 mínútur.

70. Sætar kartöflur með tamarind

Gerir: 4

HRÁEFNI:
- 1 matskeið ferskur sítrónusafi
- 4 sætar kartöflur, skrældar og skornar í teninga
- ¼ tsk svart salt
- 1½ msk Tamarind Chutney
- ½ tsk kúmenfræ, ristuð og gróftuð

LEIÐBEININGAR:
a) Eldið sætar kartöflur í 7 mínútur í söltu vatni, þar til gaffalinn er mjúkur.

b) Tæmið og látið kólna.

c) Blandið öllu hráefninu saman í blöndunarskál og hrærið varlega saman.

d) Berið fram í skálum með tannstönglum í sætu kartöflurnar.

71. Haustgrænmeti á grillinu

Gerir: 1 skammt

Hráefni
- 2 kartöflur, skornar í bita
- 1 Acorn leiðsögn, í teningum
- ¼ bolli smjör; bráðnað
- 1 matskeið timjan
- Salt og pipar eftir smekk
- 2 sætar kartöflur, skornar í bita
- 3 matskeiðar jurtaolía

Leiðbeiningar
a) Undirbúðu grillið fyrir óbeina grillun.
b) Blandið saman grænmeti, olíu, salti og pipar í blöndunarskál.
c) Blandið saman smjörinu og timjaninu á litlum disk.
d) Setjið grænmeti á grillið.
e) Eldið í 15 mínútur með lokuðum toppi.
f) Snúið við, penslið með smjör- og timjanblöndunni og eldið í 15 mínútur í viðbót þar til grænmetið er mjúkt.

72. Chimichurri grillað grænmeti

Gerir 4 skammta

Hráefni
- 1/2 bolli ólífuolía
- 2 tsk ferskt timjan
- 2 skalottlaukar, skornir í fjórða
- 3 hvítlauksrif, mulin
- 1/3 bolli fersk steinseljulauf
- 1/4 bolli fersk basilíkublöð
- 1/2 tsk salt
- 2 matskeiðar ferskur sítrónusafi
- 1 rauðlaukur, skorinn í fjórða
- 1 sæt kartöflu, afhýdd og skorin í teninga
- 1 kúrbít, skorinn á ská
- 2 þroskaðar grjónir, helmingaðar langsum
- 1/4 tsk svartur pipar

Leiðbeiningar
a) Forhitið grillið.
b) Saxið skalottlaukur og hvítlauk smátt í matvinnsluvél.
c) Púlsaðu þar til steinselja, basilíka, timjan, salt og pipar eru fínt söxuð. Vinnið þar til sítrónusafinn og ólífuolían hafa blandast vel saman. Færðu í litla skál.
d) Penslið grænmetið með Chimichurri sósunni.
e) Settu þau á grillið til að elda.
f) Haltu áfram að grilla þar til grænmetið er orðið mjúkt, 10 til 15 mínútur fyrir allt nema grisjur, sem ætti að gera á 7 mínútum.
g) Berið fram strax með ögn af sósuafganginum.

73. Brenndar-hvítlauks sætar kartöflur

4 skammtar

Hráefni
- 1-1/2 pund óskrældar sætar kartöflur, skornar í 1/2 tommu bita
- 12 hvítlauksrif, afhýdd og skorin í tvennt
- 1 matskeið extra virgin ólífuolía
- 1–2 matskeiðar hakkað Serrano eða jalapeño chile 3/4 tsk þurrkað timjan 1/2 tsk kosher salt
- 1/2 tsk pipar

Leiðbeiningar
a) Forhitaðu ofninn þinn og pönnu. Settu 12 tommu ofnhelda pönnu eða eldfast mót sem er nógu stórt til að halda kartöflunum í einu lagi í ofninum, stilltu hitann í 375 ° F og hitaðu pönnuna í 30 mínútur.

b) Blandið hráefninu saman. Á meðan pönnuna hitnar skaltu sameina allt hráefnið í skál.

c) Steikið kartöflurnar. Fjarlægðu hituðu pönnu úr ofninum og dreifðu blönduðu hráefnunum strax jafnt. Settu pönnu í ofninn og steiktu kartöflurnar í 45 mínútur, hrærðu á 15 mínútna fresti svo þær eldist jafnt.

74. Sous Vide Maple gljáðar sætar kartöflur

Skammtar: 6

HRÁEFNI:
- 2-1/2 pund sætar kartöflur, skrældar og skornar í 1-1/2 tommu bita
- 1/3 bolli hreint hlynsíróp
- 2 matskeiðar smjör, brætt
- 1 matskeið sítrónusafi
- 1/2 tsk salt

LEIÐBEININGAR:
a) Stilltu Anova þinn á 190F/87,7C.
b) Blandið öllum hráefnunum saman í lofttæmdum poka.
c) Setjið pokann á kaf í vatnsbaðið og eldið í að minnsta kosti 60 mínútur og ekki lengur en 90 mínútur.
d) Takið úr pokanum og hellið vökvanum yfir kartöflurnar til að bera fram.

75. Beikon & sætar kartöflur

DÓTTUR: 4

HRÁEFNI:
- ½ bolli appelsínusafi
- 4 beikonsneiðar, soðnar og muldar
- 4 pund sætar kartöflur, sneiddar
- 3 matskeiðar agave nektar
- ½ tsk timjan, þurrkað
- ½ tsk salvía, mulin
- 1 tsk karrýduft
- Örlítið af sjávarsalti og svörtum pipar
- 2 matskeiðar ólífuolía

LEIÐBEININGAR:
a) Blandaðu saman sætum kartöflusneiðum, appelsínusafa, agave nektar, timjani, salvíu, karrýi, sjávarsalti, svörtum pipar, ólífuolíu og beikoni í skyndipottinum þínum.
b) Eldið á háu í 10 mínútur, lokið.
c) Færið yfir á morgunverðardiska og berið fram.

76. Gouda blandað kartöflumús

Gerir: 12

HRÁEFNI:
- Pipar 1/2 tsk
- Paprika 1 tsk
- Salt 1/2 tsk
- Gouda ostur (rifinn) 1 bolli
- 2% mjólk 1/2 bolli
- Sætar kartöflur, meðalstórar (skornar og skrældar) 2 Yukon gullkartöflur, meðalstórar (skornar og skrældar) 6

LEIÐBEININGAR:

a) Setjið sætar kartöflur og Yukon Gold inn í hollenskan ofn. Bætið við vatni til að hylja innihaldsefnin. Sjóðið þær og lækkið síðan hitann.

b) Eldið það, en látið það vera ólokið í 10 til 15 mínútur þar til þeir verða mjúkir. Tæmdu þau og settu þau aftur í pönnuna.

c) Maukið kartöflurnar og bætið mjólkinni smám saman út í. Blandið pipar, salti, papriku og osti út í.

77. Tveggja tóna bakaðar sætar kartöflur

Gerir: 12

HRÁEFNI:
- Salt (deilt) 1½ tsk
- Ferskur graslaukur (hakkað og skipt) 4 matskeiðar Cheddar ostur (rifinn) ¾ bolli 2% mjólk 1/3 bolli
- Sýrður rjómi (deilt) 2/3 bolli
- Sætar kartöflur, miðlungs 6
- Rósakartöflur, miðlungs 6

LEIÐBEININGAR:

a) Hitið ofninn í 400 gráður F. Skrúfaðu sætu kartöflurnar og rússuna; notaðu gaffal til að stinga þeim nokkrum sinnum. Settu það í álpappírsklædd form (15×10×1).

b) Bakið í 1 klukkustund til 1 klukkustund og 10 mínútur þar til þær verða mjúkar. Minnkaðu stillingar ofnsins í 350 gráður F.

c) Þegar það er orðið nógu kalt til að halda í handfangið, skerið allar rússuðu kartöflurnar þriðjung frá toppnum. Fleygðu öllum toppunum og vistaðu hina.

d) Skerið kvoða út og skilið aðeins eftir ½ tommu þykkar skeljar. Taktu skál, maukaðu deigið, bættu við 1/3 bolla af sýrðum rjóma, ¾ teskeið af salti, 2 matskeiðar af vali, osti og mjólk.

e) Setjið blönduna af rúðukartöflu í helminginn af hverju sætu kartöfluhýði og rúðu.

f) Skeið blöndunni af sætri kartöflu í annan helming. Settu það aftur á pönnuna.

g) Bakið í 15 til 20 mínútur þar til það er rétt hitað.

78. Chili sætkartöflugratín

Gerir: 6 skammta

HRÁEFNI:
- 2 dósir (10 aura) mild enchiladasósa (2 bollar)
- 1 bolli Vatn
- 2 stórir hvítlaukar
- Negull; saxað og maukað í mauk
- 5 stórar sætar kartöflur; (um 3 1/2 pund)
- 1⅓ bolli Grófrifinn Monterey Jack ostur; (um 6 aura)

LEIÐBEININGAR:

a) Forhitið ofninn í 375F. Látið enchiladasósu, vatn og hvítlauk malla í stórum potti með salti eftir smekk, hrærið af og til í 5 mínútur.

b) Flysjið kartöflur og skerið þversum í ⅛ tommu þykkar sneiðar. Leggið einn fjórða af kartöflum í sammiðja hringi, skarast örlítið í 3-litra gratíni eða grunnu bökunarformi og stráið ⅓ bolla af osti yfir. Haltu áfram að setja afganginn af kartöflum og osti í lag á sama hátt og endaðu með osti.

c) Hellið sósu rólega yfir kartöflurnar, látið síast á milli laga og bakið gratínsett á grunnu ofnpönnu (það má kúla yfir) í miðjum ofni í 1 klukkustund, eða þar til kartöflurnar eru orðnar meyrar.

d) Gratín má búa til 2 dögum á undan og kælt, þakið.

e) Hitið gratínið aftur, þakið, í ofni.

SALÖT

79. Ruccola og sætkartöflusalat

Gerir: 4

HRÁEFNI:
- 1 pund sætar kartöflur
- 1 bolli valhnetur
- 1 matskeið ólífuolía
- 1 bolli vatn
- 1 matskeið sojasósa
- 3 bollar rucola

LEIÐBEININGAR:
a) Bakaðu kartöflur við 400 F þar til þær eru mjúkar, fjarlægðu og settu til hliðar
b) Í skál dreypið valhnetum með ólífuolíu og örbylgjuofn í 2-3 mínútur eða þar til þær eru ristaðar
c) Blandið öllu salathráefninu saman í skál og blandið vel saman
d) Hellið sojasósu yfir og berið fram

80. Haustuppskeru salat

Gerir 4 skammta

HRÁEFNI:
- 1 pund sætar kartöflur, skrældar og skornar í 1/2 tommu teninga
- 1 matskeið hreint hlynsíróp
- 1/2 tsk Dijon sinnep
- 1/2 tsk salt
- 2 matskeiðar eplaedik
- 1/3 bolli vínberjaolía
- 1 þroskuð Bosc pera
- 1 stökkt epli með rauðu roði, eins og Red Delicious, Fuji eða Gala
- 2 sellerí rif, saxað
- 1/2 bolli ristaðar valhnetur eða pekanhnetur
- 1/4 bolli sykruð þurrkuð trönuber
- 2 grænir laukar, saxaðir

LEIÐBEININGAR:

a) Í stórum potti með sjóðandi söltu vatni, eldið sætu kartöflurnar þar til þær eru aðeins mjúkar, um það bil 20 mínútur. Tæmið vel, setjið í stóra skál og setjið til hliðar.

b) Í sérstakri stórri skál skaltu sameina hlynsíróp, sinnep, salt og edik. Hrærið olíunni út í þar til hún hefur blandast vel saman. Setja til hliðar.

c) Kjarnhreinsið peruna og eplið og skerið í 1/2 tommu teninga. Bætið þeim í skálina með dressingunni og

d) kasta til að klæðast. Bætið peru- og eplablöndunni út í sætu kartöflurnar. Bætið við selleríinu, valhnetunum, trönuberjunum og grænum lauknum. Hrærið varlega til að sameina og berið fram.

81. Sætar kartöflur Og Spergilkál Með Granateplasósu

Gerir 4 til 6 skammta

HRÁEFNI:
- 3 sætar kartöflur, óafhýddar
- 2 bollar létt gufusoðnir spergilkál
- 3 sellerí rif, skorin í 1/4 tommu sneiðar
- 4 grænir laukar, saxaðir
- 2 matskeiðar saxuð fersk steinselja
- 1/4 bolli rjómalagt hnetusmjör
- 1 tsk hakkað ferskt engifer
- 1/4 bolli vínberjaolía
- 1/4 bolli ferskur sítrónusafi
- 1/2 tsk sykur
- Salt og nýmalaður svartur pipar
- 1/4 bolli muldar ósaltaðar ristaðar jarðhnetur, til skrauts
- 2 msk fersk granateplafræ eða 1/4 bolli sykruð þurrkuð trönuber, til skrauts

LEIÐBEININGAR:
a) Setjið sætu kartöflurnar í stórum potti og nóg af vatni til að sjóða við háan hita.
b) Lækkið hitann í miðlungs og látið malla þar til það er mjúkt, en samt stíft, í um 30 mínútur. Tæmið og kælið, afhýðið þá og skerið í 1/2 tommu bita og færið yfir í stóra skál. Bætið spergilkálinu, selleríinu, grænum lauk og steinselju saman við. Setja til hliðar.
c) Blandið saman hnetusmjöri, engifer, olíu, sítrónusafa, sykri og salti og pipar í litla skál eftir smekk. Hellið dressingunni yfir salatið og hrærið varlega saman.
d) Skreytið með hnetum og granateplafræjum og berið fram.

82. Collard grænt salat með sætum kartöflum

Gerir: þjónar 6-8

Hráefni

- 2 pund sætar kartöflur, skrældar og skornar þversum í 1/2 tommu þykkar sneiðar
- 1/4 bolli auk 2 msk. rauð pálmaolía eða jurtaolía
- 1 msk. Kúmen fræ
- 1 msk. timjanblöð
- 2 hvítlauksgeirar
- Kosher salt og nýmalaður svartur pipar
- 2 msk. ferskur lime safi
- 1 tsk. hakkað engifer
- 1 pund af grænu, stilkar fjarlægðir, laufin þunnt rifin (6 bollar)
- 2 únsur. geitaostur, mulinn
- 1/4 bolli ristaðar, ósaltaðar kasjúhnetur, grófsaxaðar

Leiðbeiningar

a) Hitið ofninn í 400°. Á bökunarplötu skaltu henda sætu kartöflusneiðunum með 2 matskeiðum af pálmaolíu, kúmeninu, timjaninu og hvítlauknum. Kryddið með salti og pipar og steikið sætu kartöflurnar, snúið einu sinni við hálfa eldun, þar til þær eru gullinbrúnar, um 40 mínútur. Færið kartöflurnar yfir á grind og látið kólna.

b) Á meðan, í lítilli skál, blandið saman limesafa og engifer og látið standa í 10 mínútur til að mýkjast. Þeytið afganginn af 1/4 bolla pálmaolíu út í þar til hún er ýrulaus og kryddið síðan vínaigrettuna með salti og pipar.

c) Til að bera fram, setjið grænmetið í stóra skál og blandið með 1 matskeið af dressingunni, nuddið því inn í grænmetið í um það bil 5 mínútur. Færið grænmetið yfir á disk, setjið sætu kartöflurnar yfir og stráið geitaosti og kasjúhnetum yfir.

d) Berið fram með afganginum af dressingunni til hliðar.

83. Sætkartöflusalat með möndlum

Gerir: 6

HRÁEFNI:
- 3 pund sætar kartöflur, skrældar og skornar í ¾ tommu bita
- 6 matskeiðar extra virgin ólífuolía, skipt
- 2 tsk matarsalt
- 3 laukar, þunnar sneiðar
- 3 msk lime safi (2 lime)
- 1 jalapeño chile, stilkaður, fræhreinsaður og hakkaður
- 1 tsk malað kúmen
- 1 tsk reykt paprika
- 1 tsk pipar
- 1 hvítlauksgeiri, saxaður
- ½ tsk malað pipar
- ½ bolli fersk kóríanderlauf og stilkar, grófsöxuð
- ½ bolli heilar möndlur, ristaðar og saxaðar

LEIÐBEININGAR:

a) Stillið ofngrind í miðstöðu og hitið ofninn í 450 gráður. Kasta kartöflum með 2 matskeiðar olíu og salti, færðu síðan yfir á ofnplötu og dreifðu í jafnt lag. Steikið þar til kartöflurnar eru mjúkar og rétt byrjaðar að brúnast, 30 til 40 mínútur, hrærið í hálfa steikingu. Látið kartöflurnar kólna í 30 mínútur.

b) Á meðan skaltu blanda saman lauk, límónusafa, jalapeño, kúmeni, papriku, pipar, hvítlauk, kryddjurtum og ¼ bolli af olíu í stóra skál. Bætið kóríander, möndlum og kartöflum saman við og blandið saman. Berið fram.

84. Quinoa mangó salat með kartöflumús

Gerir: 3

HRÁEFNI:
1. 1 bolli quinoa (hirsi)
2. 1 bolli radísur
3. 2 matskeiðar ólífuolía
4. 2 tsk salt
5. 1 tsk svartur pipar
6. Nokkur grænkálsblöð
7. ½ bolli kasjúhnetur
8. 5 mangó, skorin í sneiðar
9. 2 sætar kartöflur, skornar í bita
10. 1 matskeið sítrónusafi
11. 3 hvítlauksrif, pressuð
12. ¼ avókadó skorið í teninga

LEIÐBEININGAR:
a) Stilltu instant pottinn þinn á hræringarstillingu
b) Hellið ólífuolíu og hvítlauk út í
c) Hrærið í um það bil 2 mínútur
d) Bætið kínóa út í og haltu áfram að hræra í 5 mínútur
e) Bætið við grænkáli og radísum og hrærið í 3 mínútur í viðbót
f) Fjarlægðu þetta úr instantpottinum og settu það á diska
g) Settu vatn í instant pottinn
h) Bætið kartöflunum, salti, sítrónusafa og svörtum pipar út í
i) Setjið lok á pottinn og sjóðið kartöflur í 5 mínútur
j) Brjótið kartöflurnar og bætið avókadóinu og mangóinu út í
k) Berið fram með hrærðu grænkálinu
l) Vertu viss um að vera skapandi með framreiðsluaðferðinni þinni

85. Grillað þriggja kartöflusalat

Gerir: 6

HRÁEFNI:
- Pipar 1/4 tsk
- Sellerífræ 1/2 tsk
- Salt 1 tsk
- Dijon sinnep 1 matskeið
- Hvítvínsedik 3 matskeiðar
- Canola olía 1/4 bolli
- Grænn laukur (þunnt sneið) 1/ bolli
- Sætar kartöflur, miðlungs (afhýddar) 1
- Rauðar kartöflur 1 ¾ bolli
- Yukon gull kartöflur 1 ¾ bolli

LEIÐBEININGAR:
a) Settu sætu kartöfluna og kartöflurnar í hollenskan ofn; lokið yfir og látið malla í 15 til 20 mínútur þar til þær verða mjúkar.

b) Tæmið blönduna og kælið hana niður. Skerið það í bita af 1 tommu hvorum.

c) Setjið kartöflublönduna í körfu eða grillwok. Grillið það í 10 til 12 mínútur yfir meðalloga þar til það verður brúnt. Hrærið reglulega.

d) Flyttu blönduna yfir í stóra salatskál; bæta við lauknum.

e) Þeytið pipar, sellerífræ, salt, sinnep, edik og olíu.

f) Dreypið kartöflublöndunni yfir og hrærið vel til að húðin verði rétt.

g) Berið það fram við stofuhita eða bara heitt.

86. Steiktar sætar kartöflur og prosciutto salat

Gerir: 8

HRÁEFNI:
- Hunang 1 teskeið
- Sítrónusafi 1 matskeið
- Grænn laukur (skiptur og sneiddur) 2
- Sæt rauð paprika (fínt skorin) 1/4 bolli
- Pekanhnetur (hakkaðar og ristaðar) 1/3 bolli
- Radísur (sneiddar) 1/2 bolli
- Prosciutto (þunnt sneið og rifið) 1/2 bolli
- Pipar 1/8 tsk
- 1/2 tsk Salt (deilt)
- 4 matskeiðar ólífuolía (skipt)
- 3 sætar kartöflur, meðalstórar (skrældar og skornar í 1 tommu)

LEIÐBEININGAR:

a) Hitið ofninn í 400 gráður F. Setjið sætu kartöflurnar í smurt ofnmót (15x10x1 tommur).

b) Dreypið 2 msk af olíu og stráið 1/4 tsk af salti og pipar yfir og blandið þeim almennilega. Steikið í hálftíma og enn reglulega.

c) Stráið smá prosciutto yfir sætu kartöflurnar og steikið þær í 10 til 15 mínútur þar til sætu kartöflurnar eru mjúkar og kartöflurnar verða stökkar.

d) Settu blönduna yfir í stóra skál og láttu hana kólna aðeins.

e) Bætið helmingnum af grænum lauk, rauðum pipar, pekanhnetum og radísum út í. Taktu litla skál, þeytið saltið, olíuna sem eftir er, hunangi og sítrónusafa þar til það er vel blandað saman.

f) Dreypið því yfir salatið; henda rétt til að sameina. Stráið hinum græna lauknum yfir.

87. Ristað grænmeti og Polenta salat

Gerir: 4 skammta

Hráefni
- 2 miðlungs sætar kartöflur, skornar í 3/4 tommu bita
- 1 lítið höfuð spergilkál, blómablóm og stilkar saxaðir
- 1 lítill rauðlaukur, skorinn í 3/4 tommu báta
- 1 bolli kirsuberja- eða vínberjatómatar
- 5 matskeiðar extra virgin ólífuolía
- Kosher salt og nýmalaður pipar
- 2 matskeiðar hvítvínsedik
- 1 18 aura túpa útbúin polenta
- 12 stór salvíublöð
- 1 5-eyri pakki blandað barnasalatgrænu
- 2 aura geitaostur

LEIÐBEININGAR:

a) Setjið bökunarplötu í miðjum ofninum og hitið í 450° F. Setjið sætar kartöflur, spergilkál, rauðlauk og tómata saman í skál. Bætið við 2 msk ólífuolíu, 3/4 tsk salti og ríkulegu magni af pipar; kasta vel. Dreifið út á heita pönnuna og steikið, hrærið einu sinni eða tvisvar, þar til grænmetið er brúnt, 25 til 30 mínútur. Dreypið 1 msk ediki yfir og skafið upp alla fasta bita af botninum á pönnunni.

b) Á meðan, skera polenta í 1 1/2-tommu bita (um 24). Hitið 2 matskeiðar til viðbótar af ólífuolíu í stórri pönnu yfir miðlungsháan hita. Bætið salvíublöðunum út í og eldið þar til þær eru stökkar, 1 til 2 mínútur. Flyttu yfir í pappírshandklæði til að tæma. Bætið polentubitunum við olíuna sem eftir er á pönnunni; kryddið með salti og pipar. Eldið, snúið öðru hvoru, þar til polentabitarnir losna auðveldlega af pönnunni og eru gylltir og stökkir, 15 til 20 mínútur.

c) Kasta salatinu með 1 matskeið af ólífuolíu og ediki og smá salti og pipar. Skiptið á grunnar skálar. Toppið jafnt með heitu ristuðu grænmetinu og polentu ásamt auka ólífuolíu úr pönnunni. Brjótið geitaostinn í bita og stráið yfir salatið. Rífið steiktu salvíuna og stráið ofan á.

88. Brenndar sætar kartöflur & ferskar fíkjur

ÞJÓNAR 4

Hráefni
- 4 litlar sætar kartöflur (2¼ lb / 1 kg samtals)
- 5 msk ólífuolía
- 3 msk / 40 ml balsamik edik (þú getur notað auglýsing frekar en hágæða öldrun)
- 1½ msk / 20 g ofurfínn sykur
- 12 grænir laukar, helmingaðir langsum og skornir í 1½ tommu / 4cm bita
- 1 rautt chili, þunnt sneið
- 6 þroskaðar fíkjur (8½ oz / 240 g samtals), skornar í fjórða
- 5 oz / 150 g mjúkur geitamjólkurostur (valfrjálst)
- Maldon sjávarsalt og nýmalaður svartur pipar

LEIÐBEININGAR

a) Forhitið ofninn í 475°F / 240°C.

b) Þvoið sætu kartöflurnar, helmingið þær eftir endilöngu og skerið síðan hvern helming aftur svipað í 3 langa báta. Blandið saman við 3 msk af ólífuolíu, 2 tsk salti og smá svörtum pipar. Dreifið bátunum út, með húðhliðinni niður, á ofnplötu og eldið í um 25 mínútur, þar til þær eru mjúkar en ekki mjúkar. Takið úr ofninum og látið kólna.

c) Til að draga úr balsamikinu skaltu setja balsamikedikið og sykurinn í lítinn pott. Látið suðuna koma upp, lækkið síðan hitann og látið malla í 2 til 4 mínútur þar til það þykknar. Vertu viss um að taka pönnuna af hitanum þegar edikið er enn rennandi en hunang; það mun halda áfram að þykkna þegar það kólnar. Hrærið dropa af vatni út í áður en hann er borinn fram ef hann er orðinn of þykkur til að hægt sé að dreypa honum.

d) Raðið sætu kartöflunum á framreiðsludisk. Hitið olíuna sem eftir er í miðlungs potti yfir miðlungshita og bætið grænlauknum og chili út í. Steikið í 4 til 5 mínútur, hrærið oft til að tryggja að chili brenni ekki. Hellið olíunni, lauknum og chili yfir sætu kartöflurnar. Setjið fíkjurnar á milli báta og dreypið síðan balsamikskerðingunni yfir. Berið fram við stofuhita. Myljið ostinn yfir, ef hann er notaður.

89. Caesar salat með BBQ sætum kartöflubrauði

Gerir: 2
HRÁEFNI:
SALAT
- 1 lota BBQ ristaðar sætar kartöflubrauðirtir
- 1 bolli gulrætur, rifnar
- 2 höfuð rómantísk salathjörtu, skoluð, þurrkuð, grófsöxuð
- 2 matskeiðar næringarger
- 1 bolli grófsöxuð steinselja

KLÆÐINGAR
- 1/2 bolli venjulegur hummus
- 4 hvítlauksgeirar, saxaðir
- 1 1/2 tsk kryddað sinnep
- 2 matskeiðar sítrónusafi
- 2 tsk hlynsíróp
- 1 tsk grænmetissoð
- 2 tsk kapers, saxaðar
- 2 tsk kapersafi
- 1/2 tsk sítrónubörkur

1 holla klípa sjávarsalt

LEIÐBEININGAR:

a) Útbúið dressinguna í blöndunarskál. Blandaðu einfaldlega hummus, hvítlauk, krydduðu sinnepi, sítrónuberki og safa, kapers, hlynsírópi, pækilsafa, salti og pipar.

b) Kasta til að sameina og bæta við smá vatni til að þynna þykktina og gera það auðveldara að hella. Þeytið blönduna þar til hún er rjómalöguð og slétt.

c) Kryddið með salti og pipar, sítrónuberki fyrir líflegt sítrusbragð, safa fyrir sýrustig, hvítlauk fyrir zingbragðið, kapers fyrir sjávarbragðið, sinnep fyrir krydd, hlynsíróp fyrir sætleika og grænmetissoð.

d) Undirbúið hráefnið sem eftir er, sem ætti að innihalda Romaine salat, steinselju og rifnar gulrætur. Setjið síðan allt í skál og setjið sætar kartöflur og næringarger yfir, ef vill.

e) Blandið dressingunni saman við til að bragðbæta allt. Berið fram og njótið!

90. Sætar kartöflur og avókadó grænt salat

Gerir: 1

HRÁEFNI:
- Sæt kartafla
- 1 stór lífræn sæt kartöflu
- 1 msk grænmetissoð
- 1 klípa sjávarsalt
- Klæðaburður
- 1/4 bolli tahini
- 1 matskeið hlynsíróp
- 2 matskeiðar sítrónusafi
- 1 klípa sjávarsalt
- Vatn, til að þynna
- Salat
- 1 meðalþroskað avókadó, skorið í teninga
- 5 bollar grænmeti að eigin vali
- 2 matskeiðar hampi fræ

LEIÐBEININGAR:
a) Forhitaðu ofninn þinn í 375 ° F. Útbúið bökunarplötu með smjörpappír.
b) Bætið sætum kartöflum saman við, blandið síðan með smá grænmetissoði og salti. Dreifið kartöflunum í jafnt lag.
c) Bakið í 15 mínútur, flettu í gegn til að tryggja jafna bakstur. Bakið í 5-10 mínútur í viðbót, eða þar til kartöflurnar eru orðnar mjúkar og gullinbrúnar.
d) Notaðu blöndunarskál, blandaðu saman tahini, hlynsírópi, sítrónusafa og salti. Þeytið til að blanda saman, bætið síðan við smávegis af vatni í einu þar til þú ert orðin hálfþykk.
e) Smakkaðu og stilltu bragðið eftir því sem þú vilt. Setja til hliðar.
f) Setjið salatið saman í skál með því að setja grænmeti í lag og toppa með avókadó og ristuðum sætum kartöflum.
g) Berið fram með dressingu og stráið hampfræjum yfir sem valkost.

EFTIRLITUR

91. Kjúklingabaka með sætum kartöflum

Gerir: 5 skammta

HRÁEFNI:
- 1 heill kjúklingapucki
- 3 stórar sætar kartöflur
- 2 laukar
- 4 hvítlauksrif
- ½ bolli tómatsósa
- 1 bolli soðið grænt bananamauk
- 1 matskeið smjörfeiti
- 1 bolli mjólk
- Salt, svartur pipar og cayenne, paprika, múskat, kúmen, karrý

LEIÐBEININGAR:
a) Fyrst skaltu elda kjúklingabringuna í vatni. Útbúið það í hraðsuðupottinum og látið standa í 20 mínútur frá því að potturinn sýður.
b) Eldið kjúklinginn, undirbýr sætu kartöflurnar í vatni til að búa til maukið.
c) Búðu til kartöflumúsina með smjörinu og farðu að setja mjólkina til að fá það þykkt sem þú vilt. Kryddið með salti, svörtum pipar og múskat.
d) Nú þegar kjúklingurinn hefur kólnað er hægt að mylja allt pínulítið.
e) Brúnið laukinn í potti með lágmarks olíu. Bætið við hvítlauknum, tómatsósunni og kjúklingnum. Blandið vel saman, ef þetta miðlungs þurr bætir við smá vatni. Farðu að setja kryddið: salt, svartan pipar og cayenne, kúmen, karrý. Reyndu að sjá hvort það sé þér að skapi.
f) Ef þér líkar nú þegar hvernig það var frábært. En ef þú vilt rjómameiri samkvæmni er græna bananamaukið tilvalið, ef ekki er möguleiki að nota mjólkina með maíssterkjunni.
g) Til að setja saman réttinn skaltu setja steikta kjúklinginn niður og toppa með kartöflumúsinni. Inn í ofn við 180°C í 20 mínútur.

92. Kókos sætkartöflubúðingur

MATARGERÐ: KENYAN

Hráefni(veitir 6)
- 1 bolli nýmöluð kókos
- ½ bolli sætar kartöflur, soðnar eða stappaðar
- egg
- ¾ bolli sykur
- ¾ bolli mjólk
- ½ bolli vatn
- 4 msk brætt smjör
- ½ tsk blandað krydd
- ½ tsk kanill

LEIÐBEININGAR:
a) Blandið sykri, sætum kartöflum og kókos saman við með skeið þar til það er slétt. Bætið smjöri, mjólk, vatni út í og þeytið vel. Þeytið egginörlítið og þeytið síðan blönduna smám saman út í.
b) Bætið við kryddi og kanil. Haltu áfram að þeyta þar til rjómakennt og mjög slétt. Hellið blöndunni í smurt mót og bakið í 30 mínútur í heitum ofni, þar til hún er gullinbrún. Þú getur borið það fram heitt eða kalt.

93. Sætkartöflubaka Trifle

Gerir: 16 skammta

HRÁEFNI:
- 1 pekanbaka
- 1 sæt kartöflubaka eða graskersbaka
- 2 ½ bollar þeyttur rjómi
- 2 bollar smjör pekanís
- 1 bolli karamellusósa

LEIÐBEININGAR:

a) Á botninum byrja ég með sætkartöfluböku og skorpu sem mun hjálpa henni að haldast traustum.

b) Næsta lag með smá ís og síðan þeyttum rjóma. Þú getur bætt smá karamellu ofan á þeytta rjómann ef þú vilt.

c) Næst legg ég pekanbökubitana í lag.

d) Endurtakið síðan með ís og þeyttum rjóma og toppið með karamellu og pekanhnetum.

94. Sætkartöflubaka Tiramisu

Gerir: 16 skammta

Hráefni
- 8 aura mascarpone ostur, mildaður
- ½ bolli kornsykur auk ein matskeið aðskilin
- ⅓ bolli púðursykur pakkaður
- 15 aura af sætum kartöflum í sírópi, tæmd og maukuð
- ½ tsk malaður kanill auk meira til skrauts
- ¼ tsk malaður múskat
- 2 matskeiðar hreint vanilluþykkni aðskilið
- 2 ½ bollar ferskur þeyttur rjómi aðskilinn
- ¼ bolli heitt kaffi
- 17,5 aura ladyfingers
- 6 engifer nappar mulið niður

LEIÐBEININGAR
TIL AÐ GERA FYLLING:
a) Bætið mascarpone osti og ½ bolla af strásykri og öllum púðursykri í hrærivél og þeytið þar til slétt.
b) Bætið næst sætri kartöflumús, kanil, múskati og 1 matskeið af vanilluþykkni út í og þeytið þar til það er vel innifalið.
c) Að lokum skaltu brjóta 1 ½ bolla af þeyttum rjóma saman við sætkartöflublönduna og setja til hliðar.
TIL AÐ setja saman TIRAMISU:
d) Bætið restinni af teskeiðinni af vanilluþykkni í skál með kaffi og hrærið saman.
e) Raðaðu heilri röð af ladyfingers neðst á 9 tommu springformi.
f) Hellið ½ af volgu kaffiblöndunni yfir ladyfingers til að bleyta þær.
g) Næst skaltu taka helminginn af sætu kartöflublöndunni og slétta ofan á ladyfingers.
h) Næst skaltu búa til annað lag með því að endurtaka öll skref og byrja á því að bæta við annarri röð af ladyfingers, hella kaffisósu á ladyfingers og að lokum bæta restinni af sætkartöflublöndunni út í.
i) Að lokum skaltu taka 1 bolla sem eftir er af þeyttum rjóma og þeyta afganginn af matskeiðinni af strásykri út í og dreifa ofan á tiramisu.
j) Skreytið toppinn á tiramisu með muldum engiferhnífum yfir þeyttu áleggi og smá möluðum kanil.
k) Setjið springformið í kæliskáp í að minnsta kosti 4 klukkustundir áður en það er borið fram.

95. Kirsuberja-sæt kartöflubrauð

Gerir: 1 skammtur

HRÁEFNI:
- 1¾ bolli hveiti
- 1 tsk matarsódi
- 1 tsk kanill
- 3 egg
- ½ bolli Mjólk
- ½ bolli mars; kirsuber
- 1 dós (15 aura) sæt kartöflu; (eða yams) tæmd
- ¼ bolli saxaðar pekanhnetur eða valhnetur
- 1½ bolli sykur
- ¼ tsk Salt
- 1 tsk graskerskrydd
- ¾ bolli jurtaolía
- ¼ bolli rúsínur
- 1 tsk Vanilla

LEIÐBEININGAR:
a) Blandið saman og blandið hveiti, sykri, salti, gosi, kanil, graskerskryddi vel saman. Bætið eggjum, olíu og mjólk saman við og hrærið þar til slétt.
b) Blandið sætum kartöflum, rúsínum, hnetum, kirsuberjum og vanillu saman við.
c) Hellið í vel smurt brauðform sem hefur verið létt hveiti. Bakið um það bil 1 klukkustund við 325 gráður (athugið við 50 mínútur), athugaðu með því að setja prófunartæki í til að vera viss um að það sé tilbúið. Prófari kemur hreinn út.

96. Trönuberja sætkartöflumuffins

Gerir: 12 skammta

HRÁEFNI:
- 1½ bolli hveiti
- ½ bolli Sykur
- 2 tsk lyftiduft
- ¾ teskeið Salt
- ½ tsk kanill
- ½ tsk Múskat
- 1 stórt egg
- ½ bolli Mjólk
- ½ bolli sætar kartöflur; maukaður
- ¼ bolli smjörlíki; bráðnað
- 1 bolli trönuber

LEIÐBEININGAR:
a) Blandið saman þurrefnum. Hrærið blautu hráefninu saman við þurrt og hrærið þar til það er rakt. Brjótið trönuberjum saman við.
b) Fylltu 12 pappírsklædda muffinsbolla um það bil ⅔ fulla. Stráið kanilsykri yfir ef vill.
c) Bakið við 375F í 18-22 mínútur. Takið af pönnu til að kólna.

97. Rifinn sætkartöflubúðingur

Gerir: 1 skammt

HRÁEFNI:
- 4 bollar Rifnar sætar kartöflur
- 1 bolli Reykjasíróp
- ½ bolli Sykur
- 1 bolli Mjólk
- ½ bolli smjör
- 3 egg
- ½ bolli Saxaðar hnetur
- 1 bolli rúsínur
- 1 tsk kanill
- 1 tsk Allspice
- ½ tsk negull

LEIÐBEININGAR:
a) Bræðið smjör í þungri, ofnheldri pönnu. Blandið öllu hráefninu saman.
b) Hellið blöndunni í heita pönnu af smjöri, hrærið þar til hún er hituð.
c) Setjið pönnu í 350 gráðu heitan ofn og bakið.
d) Þegar skorpað er í kringum kant og topp, snúðu undir og láttu skorpuna myndast aftur. Gerðu þetta tvisvar, leyfðu því síðasta að vera á hliðum og ofan, um 40 mínútur.
e) Berið fram með sætum rjóma eða ís.

DRYKKIR

98. Eplapökusafi

Gerir: 2 skammta

HRÁEFNI:
- 1 sæt kartöflu
- ¼ tsk graskersbökukrydd
- 2 epli
- 2 gulrætur
- 2 appelsínur

LEIÐBEININGAR:
a) Kjarnhreinsaðu eplin. Takið börkinn af sætu kartöflunni og appelsínunum. Skerið gulræturnar.
b) Settu þau í safapressuna þína ásamt graskersbökukryddi.
c) Safa allt hráefnið og hellið safanum í nokkur glös.

99. Sætkartöfluböku próteinhristingur

Hráefni
- 2 skeiðar vanillu próteinduft
- 6 únsur. möndlumjólk
- ½ bolli sæt kartöflu (þegar bakuð, engin hýði)
- 1-5 dropar vanilluþykkni
- 4 únsur. vatn (meira fyrir þynnri hristing, minna fyrir þykkari hristing)
- Mulinn ís
- Graskerbaka Krydd eftir smekk

Leiðbeiningar

a) Helltu öllu hráefninu í blandara í 30-60 sekúndur.

100. Sætkartöfluhristingur

Hráefni
- 1 sæt kartöflu, soðin og afhýdd
- ½ tsk kanill
- 1/2 bolli rifnar möndlur
- 2 skeiðar mysuprótein (hvaða bragð sem er)
- 16 únsur. nýmjólk

Leiðbeiningar
a) Helltu öllu hráefninu í blandara í 30-60 sekúndur.

NIÐURSTAÐA

Prófaðu þessar sætu kartöfluuppskriftir og vinndu hjörtu allra fjölskyldumeðlima þinna. Það er fullviss um að þeir munu allir hrósa matreiðslukunnáttu þinni þar sem þú munt þjóna þeim svo dýrindis og ljúffengan mat. Þú getur fylgst með þessari einföldu matreiðslubók ef þú ert aðeins að prófa uppskriftina eða jafnvel ef þú ert að læra ákveðna uppskrift. Berið þessa rétti fram á samkomu eða bara heima hjá ykkur; það mun alltaf vera þess virði og þú munt aldrei sjá eftir því að hafa búið til neina af þessum uppskriftum.

Með því að fylgja skrefunum eins og tilgreint er, vonum við að þú finnir svör við spurningunni þinni þar sem við reyndum okkar besta til að aðstoða þig í gegnum allar þær leiðir sem við gátum. Við hlökkum til að þú gerir þessar uppskriftir fyrir fólkið þitt og vini. Ef þú ert byrjandi eða atvinnumaður mun þessi matreiðslubók alltaf vera þér til aðstoðar og leiðbeiningar hverrar uppskriftar auðvelda þér að fylgja eftir.

Hér er að vona að þú eigir hamingjusamt og heilbrigt líf.

Ingram Content Group UK Ltd.
Milton Keynes UK
UKHW021149220623
423869UK00009B/57